Đạo Phật Áp Dụng
Vào Đời Sống Hàng Ngày

THÍCH HUYỀN QUANG
THÍCH NHẤT HẠNH

ĐẠO PHẬT ÁP DỤNG VÀO ĐỜI SỐNG HÀNG NGÀY

*Cương lĩnh giáo lý nhập thế
của Phật giáo Việt Nam hiện đại*

Lotus Media
2020

ĐẠO PHẬT ÁP DỤNG VÀO ĐỜI SỐNG HÀNG NGÀY
Cương lĩnh giáo lý nhập thế của Phật giáo Việt Nam hiện đại
Tác giả: Thích Huyền Quang và Thích Nhất Hạnh

———————————

Viện Hóa Đạo xuất bản lần thứ nhất, 1973
Nhà xuất bản Phương Đông tái bản, 2010
Lotus Media tái bản tại Hoa Kỳ, 2020.
Bìa và trình bày: Uyên Nguyên

ISBN: 978-1-67803-231-9

MỤC LỤC

LỜI TÁC GIẢ

Sách này được viết ra nhằm mục đích đỡ bớt đôi phần mệt nhọc cho quý vị giảng sư và quý vị cán bộ văn hóa xã hội của Giáo hội Phật giáo. Chúng tôi đã y cứ vào huấn chỉ của quý vị lãnh đạo hai viện Tăng Thống và Hóa Đạo để diễn giải cương lĩnh của nền Phật học nhập thế hiện đại.

Cố nhiên dù có thiện chí đến đâu đi nữa chúng tôi vẫn còn mắc phải nhiều thiếu sót sai lầm. Kính mong quý vị, trong khi xử dụng sách, bổ túc những thiếu sót và sai lầm đó cho, chúng tôi rất cảm tạ. Nếu được quý vị gửi cho những lời chỉ giáo, chúng tôi sẽ có thể làm cho sách thêm hoàn hảo trong ấn bản thứ hai.

Giáo lý đạo Phật là giáo lý khế cơ và sách này không phải là sách của muôn thời. Trong khoảng mười năm, cuốn sách này sẽ trải qua nhiều thử thách, thay đổi, và chắc hẳn cương lĩnh giáo lý nhập thế sẽ được trình bày dưới một hình thức thích hợp hơn nữa, và các bậc cao minh trong Phật học giới sẽ cống hiến quần chúng những tác phẩm có giá trị lớn lao về lượng cũng như về phẩm. Riêng chúng tôi, nếu cuốn sách này mà giúp đỡ quý vị giảng sư và quý vị cán bộ Giáo Hội được muôn một nào thì đó là một phần thưởng vô cùng quý giá rồi. Chúng tôi rất mong được nghe lời phê bình xây dựng phát xuất từ kinh nghiệm của Quý Vị trong lúc trực tiếp làm Phật sự. Xin gửi thư cho chúng tôi về địa chỉ chùa Ấn Quang. Xin cám ơn quý vị.

Thích Huyền Quang *và* **_Thích Nhất Hạnh_**

I.

ĐẠO PHẬT VÀ SỰ SỐNG

Đạo Phật Việt Nam Trong Quá Khứ

Đ ạo Phật Việt Nam trong quá khứ đã góp phần xây dựng con người và xã hội Việt Nam. Đạo Phật được đưa vào nước ta vào khoảng cuối thế kỷ thứ hai do những vị tăng sĩ và những thương gia Ấn Độ và Trung Á tới Việt Nam bằng đường biển Ấn Độ Dương. Từ đấy tới cuối thế kỷ thứ sáu các vị tăng sĩ và thương gia này liên tục tới Việt Nam. Và cộng tác với họ, dân ta đã dựng chùa, xây tháp, thờ Phật và đọc kinh. Các kinh điển thời đó hoặc bằng tiếng Sanskrit hoặc là bằng chữ Hán do những tăng sĩ Ấn Độ dịch ra với sự cộng tác của những người Việt giỏi Hán tự. Vào cuối thế kỷ thứ sáu, ở thủ đô Luy Lâu của nước ta đã có hai mươi ngôi chùa, hơn năm trăm vị tăng sĩ và mười lăm bộ kinh đã được phiên dịch và lưu hành. Nước ta hồi ấy là một trung tâm Phật Giáo, từ đó đạo Phật được truyền qua Trung Hoa. Các tăng sĩ từ Ấn Độ sang thường lưu trú tại Giao Châu để hoằng hóa một thời gian trước khi đi Trung Quốc. Từ đó tu sĩ Trung Quốc trên đường hành hương Ấn Độ cũng thường ghé qua lưu trú tại Giao Châu.

Cuối thế kỷ thứ sáu, một vị tăng sĩ Ấn Độ tên Tỳ Ni Đa Lưu Chi (Vinitaruci) sau khi vân du Trung Hoa, tới kinh đô Luy Lâu ở lại chùa Pháp Vân và thành lập phái thiền tông đầu tiên tại nước ta gọi là phái TỲ NI ĐA LƯU CHI. Vào đầu thế kỷ thứ chín, một vị thiền sư Trung Hoa tên là Vô Ngôn Thông sang nước ta, trú tại chùa Kiến Sơ và thành lập phái thiền tông thứ hai tại nước ta gọi là phái VÔ NGÔN THÔNG. Giữa thế kỷ thứ mười một cùng với Thảo Đường Thiền Sư, vua Lý Thánh Tông thành lập một phái thiền tông thứ ba gọi là phái THẢO ĐƯỜNG. Vào thế kỷ thứ mười ba, vua Trần Nhân Tôn sau khi xuất gia, lập một phái thiền tông thứ tư nữa gọi là phái TRÚC LÂM YÊN TỬ.

Các phái thiền tông này đã đóng góp rất nhiều trong công trình xây dựng nền độc lập chính trị và văn hóa của nước ta. Phái TỲ NI ĐA LƯU CHI đã hỗ trợ đắc lực cho các triều đại độc lập đầu tiên ở Việt Nam là triều đại Đinh, Tiền Lê và Lý. Pháp Thuận Thiền Sư và Vạn Hạnh Thiền Sư là những vị cao tăng của phái này đã từng làm cố vấn văn hóa, chính trị và quân sự cho các triều đình Việt và đem thế lực Phật Giáo hỗ trợ cho việc xây dựng quốc gia. Khuông Việt Thiền Sư của phái VÔ NGÔN THÔNG cũng đã phụ tá đắc lực cho vua Đinh Tiên Hoàng trong việc dựng nước. Đạo Phật đã xây dựng cho đời Lý những triều đình có kỷ cương, có văn hóa, có pháp chế.

Kỷ cương, văn hóa và pháp chế này đã được xây dựng trên tinh thần Từ Bi và Khoan Dung. Triều Lý có thể gọi là triều đình từ bi và khoan dung nhất trong lịch sử Việt Nam, và điều đó là công của đạo Phật. Phái TRÚC LÂM YÊN TỬ ra đời tại Việt Nam vào đầu triều Trần, là một tông phái thiền Việt Nam hợp nhất các truyền thống thiền đã có từ trước. Những nhà lãnh đạo của phái TRÚC LÂM như Trần Thái Tông, Tuệ Trung Thượng Sĩ, Điều Ngự Giác Hoàng, Pháp Loa Đại Sư và Huyền Quang Đại Sư… đã đóng góp rất nhiều cho nền học thuật, tư tưởng và văn hóa Việt Nam. Phật Giáo triều Trần tiếp nối Phật Giáo triều Lý, đã giúp đỡ phát huy Nho Giáo và xử dụng triết học hành động chính trị của Nho Giáo trong tinh thần vị tha và cởi mở của Phật Giáo.

Do đó cho nên Phật Giáo, Nho Giáo và Lão Giáo đã được hòa đồng một cách rất tốt đẹp trong những thời đại hưng thịnh ấy của đất nước Việt Nam. Đạo Phật đã đóng vai trò điều hợp và hóa giải giữa các thế lực tranh chấp, góp phần xây dựng tinh thần dân tộc, bảo vệ nền độc lập quốc gia. Đạo Phật đã ảnh hưởng tới đời sống tình cảm, tâm linh và trí thức của con người Việt Nam, khiến cho người Việt tuy ham chuộng hòa bình nhưng vẫn tự lực tự cường không để cho ai áp chế, tuy giữ gìn và quý trọng gia tài văn hóa dân tộc nhưng vẫn cởi mở đón chào và thâu nhận những tinh hoa của các nền văn hóa thế giới.

Đạo Phật Việt Nam Trong Hiện Tại

Đạo Phật Việt Nam trong hiện tại tiếp tục xây dựng con người và xã hội Việt Nam, đồng thời góp sức vào sự xây dựng cộng đồng nhân loại. Cuộc chiến tranh kéo dài trên hai mươi năm đã tàn phá bao nhiêu sinh mạng và tài sản của quốc gia Việt Nam. Không những thế, cuộc chiến tranh còn gây căm thù nghi kỵ giữa người Việt với người Việt. Phật Giáo Việt Nam trong hai mươi lăm năm qua đã đóng góp phần mình trong cuộc tranh đấu cho chủ quyền đất nước và hòa bình dân tộc và người Phật tử Việt Nam đã chịu chung gian lao nguy khó với đồng bào và đất nước.

Để chống lại sự tàn phá đất nước và sự tàn phá những giá trị con người, đạo Phật Việt Nam đã nỗ lực giữ vững niềm tin của người Việt Nam nơi truyền thống và khả năng tổng hợp văn hóa của truyền thống dân tộc, giữ cho xã hội không tan nát vì phân hóa, hoài nghi và căm thù. Kêu gọi mọi người trở về với truyền thống văn hóa dân tộc, đạo Phật Việt Nam chống lại mọi mưu toan bên ngoài muốn xử dụng xương máu Việt Nam chống lại mọi mưu toan bên ngoài muốn xử dụng xương máu Việt Nam để làm hàng rào phòng thủ của họ. Đạo Phật Việt Nam đồng thời cũng nhắm đến sự xây dựng xã hội Việt Nam về các phương diện kinh tế, y tế và giáo dục để làm nền tảng vững chắc cho hòa bình.

Thế giới đang bị đặt trong tình trạng hiểm nguy: nạn nhân mãn, nạn đói kém, nạn nhiễm độc và chiến tranh nguyên tử đang đe dọa số phận con người Việt Nam cần sớm đạt tới hòa bình và kiểm soát được vận mệnh mình để có thể góp phần hữu hiệu với các quốc gia khác trong việc đối phó với những hiểm trạng kia. Một cộng đồng nhân loại trong đó người không bóc lột người, ranh giới giữa các quốc gia chủng tộc không còn là nguồn gốc của tranh chấp kỳ thị, đó cũng là mục tiêu mà Việt Nam nhắm tới.

Áp dụng Đạo Phật trong đời sống mới

Người Phật tử Việt Nam nhìn rõ thực tại tâm lý, kinh tế và xã hội của thời đại và áp dụng giáo lý đạo Phật một cách thông minh vào đời sống mới, không bị ràng buộc bởi thành kiến và thói quen. Đức

Phật là một bực Đại Đạo Sư. Thâm hiểu những điều kiện tâm lý, kinh tế và xã hội con người của thời đại ngài, Đức Phật đã truyền dạy những giáo lý thích hợp với con người của thời đại ấy. Giáo lý của Đức Phật phù hợp với các điều kiện sinh hoạt tâm lý, kinh tế và xã hội của con người cho nên được gọi là một giáo lý KHẾ CƠ. Trong suốt lịch sử của Phật giáo, ta thấy xuất hiện nhiều hệ thống giáo lý mới phát xuất từ Phật Giáo Nguyên Thỉ, như giáo lý Tịnh Độ, giáo lý Thiền, giáo lý Duy Thức, giáo lý Thiên Thai.

Những giáo lý này vừa khế hợp với căn bản đạo Phật vừa khế hợp với những điều kiện tâm lý và xã hội của con người đương thời. Phật giáo là một tôn giáo không báo thù, biết cởi mở và khai phóng để mở rộng chân trời tương lai. Tuy cởi mở, khai phóng và tiếp tục được truyền thống từ bi, khoan dung, vô úy và giải thoát. Thái độ bảo thủ vì thói quen vì thành kiến và cố chấp là một thái độ trái ngược với tinh thần cởi mở và tiến bộ của đạo Phật. Người Phật tử không thể nhắm mắt làm theo tất cả những điều mà người xưa đã làm, lấy cớ "xưa bày nay làm". Người Phật tử phải xét xem những điều do người xưa bày ra hiện còn có giá trị trong hoàn cảnh hiện tại hay không.

Nếu còn thì ta vẫn tiếp tục thi hành. Nhưng nếu những điều ấy không còn giá trị nữa thì ta phải bỏ và tìm ra những điều khác thích hợp với ta hơn. Ngày xưa khi còn tại thế Đức Phật và các môn đệ cùng thời với ngài đã áp dụng pháp chế khất thực chẳng hạn. Ở các nước Tây Tạng, Trung Hoa, Nhật Bản, trong suốt mười thế kỷ, tăng sĩ ít khi thực hành pháp chế tri bất khất thực đó, tại vì điều kiện phong thổ và tập quán ở các nước này khác với Ấn Độ thuở xưa. Như thế không có nghĩa là Phật Giáo các nước đó chống với Phật Giáo Ấn Độ. Như thế chỉ có nghĩa là Phật Giáo tại các nước đó đã biết chuyển biến để khế hợp với những điều kiện sinh hoạt tại các nước đó mà thôi.

Lấy ví dụ ấy mà xét thì nếu ta muốn cho đạo Phật có sinh khí, ta phải biết áp dụng đạo Phật một cách thông minh vào những điều kiện sinh hoạt tâm lý, kinh tế và xã hội của đời sống chúng ta. Đạo Phật không phải là của riêng của một số người ẩn dật nơi tư viện. Đạo Phật là của mọi lớp người: của thiếu nhi, của thanh niên, của phụ nữ, của lao động trí thức và lao động chân tay. Đạo Phật chỉ có sinh lực khi nào giáo lý đạo Phật được áp dụng trong đời sống hàng ngày, trong các lãnh vực giáo dục, y tế, chính trị, kinh tế, tổ chức, trong đời sống cá nhân cũng như trong đời sống gia đình, quốc gia và xã hội. Người Phật tử phải đặt những câu hỏi tương tự như sau đây: Trong một xã hội mà con người bị lôi cuốn theo guồng máy kinh tế và chính trị đến nỗi con người khó có thể bảo tồn tự do và nhân tính của mình, thì đạo Phật dạy con người áp dụng thái độ nào và hành động những gì để khôi phục tự do và nhân tính ấy? Đối với những cuộc chiến tranh diệt chủng và tàn phá sinh mệnh và giá trị con người, đạo Phật dạy ta hành động thế nào? Trước hiểm họa mà nhân loại đang phải đương đầu, đạo Phật dạy ta con đường nào để có thể tự cứu? Nếu đạo Phật không trả lời được những câu hỏi như thế, thì ta không thể nói rằng đạo Phật là đạo của sự sống.

Kỳ thực, người Phật tử tin rằng trong đạo Phật có hàm chứa những nguyên lý căn bản có thể trả lời được mọi vấn đề của sự sống; và do đó, đem những nguyên tắc kia áp dụng vào đời sống cá nhân và xã hội hiện tại ta sẽ tìm thấy những câu trả lời thích hợp.

Bản thân ta và sự sống của ta chính là môi trường thực nghiệm từ đó được tìm ra những câu giải đáp, gọi là ĐẠO PHẬT ỨNG DỤNG. Những điều kiện sinh hoạt tâm lý, kinh tế và xã hội luôn luôn thay đổi cho nên mỗi thời đại và mỗi địa phương cần có một đạo Phật ứng dụng thích hợp. Thành kiến và thói quen thường khiến cho người ta sợ hãi sự thay đổi và sự sáng tạo. Đạo Phật là một đạo sống động, do đó cần sự đổi thay và sáng tạo liên tục. Phật tử đừng để cho thành kiến và thói quen bó buộc. Phật tử cần luôn luôn nhận định lại về sự sống để mà thực hiện những thay đổi và sáng tạo cần thiết làm cho đạo Phật luôn luôn là một đạo sống động chứ không khô chết trong những cái vỏ hình thức và thiếu sinh khí.

Con Người Là Then Chốt

Đạo Phật được khai sáng bởi con người để phục vụ cho con người. Đạo Phật lấy con người làm gốc. Tinh thần nhân bản của đạo Phật được biểu lộ không những ở giáo lý đạo Phật mà còn ở thái độ và hành động của người Phật tử. Đạo Phật do con người sáng lập để phụng sự cho con người. Đức Phật Thích Ca Mâu Ni (Sakya Muni) người sáng lập đạo Phật cách đây 2500 năm không bao giờ tự cho mình là một vị trời hay một đấng thần linh. Từ ngữ Phật (Buddha) chỉ có nghĩa là con người giác ngộ. Phật là một con người đã giác ngộ chân lý (tự giác) và đem chân lý ấy giác ngộ cho những kẻ khác (giác tha) để mong đạt tới sự nghiệp giác ngộ tràn đầy (giác hạnh viên mãn). Trước khi tu đạo và thành Phật, Đức Thích Ca có tên là Shiddharta, cũng đã có cha có mẹ và đã thành lập gia đình với công chúa Gia Du Đà La (Yasodhara) và có một người con tên La Hầu La (Rahula). Trí tuệ giác ngộ mà Phật đạt được không phải do nơi một vị thần minh nào trao truyền mà do chính kinh nghiệm tâm linh của Phật chứng nhập.

Giáo lý đạo Phật chủ trương rằng con người chịu hoàn toàn trách nhiệm về bản thân mình và xã hội mình, rằng con người có thể thay đổi được bản thân và hoàn cảnh xã hội theo ý mình muốn. Những điều kiện hiện tại của sự sống, những gì đã xảy ra, đang xảy ra và sẽ xảy ra đều do hành động (nghiệp hay Karma) của mình tạo thành và thúc đẩy. Không có một đấng thần linh nào có quyền năng cứu rỗi được con người. Phật tử, theo lời Phật dạy, phải tự mình thắp đuốc lên mà đi. Con người phải tự cứu lấy mình.

Nhân Cách Phật Thích Ca

Đức Phật Thích Ca, người thành lập đạo Phật là một người đã phát triển nhân cách mình đến mức độ tuyệt hảo. Nhân cách của đức Phật Thích Ca còn quan trọng hơn cả giáo lý ngài dạy trong kinh điển, bởi vì nhân cách ấy là giáo lý sống động do chính đời ngài phô diễn. Chính nhân cách ấy đã hàng phục được bạo động, đã tạo được niềm tin, đã gây nên đoàn kết. Chính nhân cách ấy đã hướng dẫn được giáo đoàn ngài lúc ngài tại thế và còn tiếp tục hướng dẫn được giáo đoàn Phật giáo hàng mấy thế kỷ sau khi ngài tạ thế. Được nhìn vào mắt Phật, được sống bên cạnh ngài và được chiêm ngưỡng nhân cách ngài chắc hẳn là còn hiểu được ngài nhiều hơn là học tập giáo lý ngài qua kho tàng kinh điển.

Nhân cách của Phật làm sao ta có thể diễn tả nổi? Tuy vậy, ta cũng có thể căn cứ trên giáo lý đạo Phật để nói rằng nhân cách của Phật biểu lộ một trí tuệ lớn, một tình thương lớn và một ý chí lớn. Tình thương lớn ấy gọi là ĐẠI BI (Mahakaruna) được đi đôi với trí tuệ lớn gọi là ĐẠI TRÍ (Mahaprajna) và ý chí lớn gọi là ĐẠI LỰC (Mahabala). Đạt đến mức độ tuyệt hảo của nhân cách tức là đạt đến trình độ giác ngộ hoàn toàn, trình độ Phật, trình độ vô thượng giác (giác ngộ cao nhất) mà phạn ngữ gọi là ANUTTARA SAMYAK-SAM-BODHI (a nậu lâu đa la tam miệu tam bố để phiên âm theo tiếng Hán Việt).

Trí Tuệ, Từ Bi và Đại Lực

Mục đích của sự thực hành đạo Phật, do đó là để đạt tới nhận thức sáng tỏ về thực tại (trí), tình thương rộng lớn với mọi người và mọi loài (bi) và ý chí bền vững để thành tựu đại nguyện giúp đời (dũng). Đạo Phật không phải là một tôn giáo chuyên thờ cúng cầu xin các vị thần minh. Đạo Phật đòi hỏi người Phật tử thực hiện trí tuệ, tình thương và ý chí nơi bản thân và ngoài xã hội. Đạo Phật đại thừa trình bày những nhân vật gương mẫu của sự thực hiện đạo Phật như bồ tát Quan Thế Âm, bồ tát Văn Thù Sư Lợi, bồ tát Phổ Hiền, và bồ tát Địa Tạng. Đó là những người Phật tử lỗi lạc nhất, những người đang thực hiện tuệ giác đại trí, tình thương đại bi và công tác đại hạnh. Bồ tát (Bodhisattva) có nghĩa là người đang thực hiện sự nghiệp giác ngộ và độ sinh.

Bồ Tát Quan Thế Âm là hình ảnh của tình thương đại bi và công tác đại hạnh, lắng tai nghe tiếng kêu thương của kẻ khổ đau mười phương mà có mặt để cứu độ (kinh Pháp Hoa, phẩm Phổ Môn). Bồ tát Văn Thù Sư Lợi là hình ảnh của tuệ giác đại trí và biện tài vô ngại (kinh Duy Ma). Bồ tát Phổ Hiền và bồ tát Địa Tạng là hình ảnh của hành động và đại nguyện để thành tựu sự nghiệp giác ngộ và cứu đời (kinh Hoa Nghiêm phẩm Phổ Hiền và kinh Địa Tạng).

Tụng đọc những kinh điển nói về các vị Bồ Tát ấy là để thâm hiểu về đạo Phật qua đời sống, trí tuệ và hạnh nguyện của các vị ấy chứ không phải để cầu xin kể lể. Người Phật tử cần thấy nơi hình ảnh của các vị bồ tát ấy những tấm gương sáng để noi theo trong lúc học tập và thực hành đạo Phật. Đọc kinh suông và trì niệm danh hiệu suông thì không đem lại chút lợi ích thiết thực nào.

Những Đạo Lý Căn Bản

Đạo lý căn bản của Phật Giáo là đạo lý duyên khởi, tứ diệu đế và bát chánh đạo. Ba đạo lý này là nền tảng cho tất cả các tông phái Phật Giáo, nguyên thỉ cũng như đại thừa. Giáo phái Theravada hiện giờ thịnh hành tại các nước Tích Lan, Miến Điện, Thái Lan, Lào và Campuchia tự nhận là gần với Phật Giáo thời Phật tại thế, gọi là Phật Giáo Nguyên Thỉ. Giáo phái đại thừa hiện giờ thịnh hành tại Tây Tạng, Trung Hoa, Nhật Bản, Triều Tiên cũng tự nhận là phù hợp với tinh thần Phật Giáo Nguyên Thỉ, nhưng cho rằng ta phải thích nghi với những điều kiện sinh hoạt văn hóa và kinh tế của từng thời đại và địa phương thì ta mới có thể nuôi dưỡng tinh thần ấy được.

Ở Việt Nam hai giáo phái Theravada và Đại Thừa, từ năm 1964 trở đi, đã được kết hợp cùng trong một giáo hội Phật giáo, gọi là GIÁO HỘI PHẬT GIÁO VIỆT NAM THỐNG NHẤT. Đây cũng là một điểm đặc sắc của đạo Phật Việt Nam, bởi vì chính ở Việt Nam hai giáo phái Theravada và Đại Thừa được kết hợp đầu tiên trong một giáo hội. Theravada nguyên là giáo phái do các bậc trưởng lão trong giáo hội nguyên thỉ chủ trì, thuộc về thiểu số, còn Đại Thừa phát sinh từ giáo phái Mahasanghika gọi là ĐẠI

CHÚNG BỘ tức là giáo phái của đa số những người trẻ trong Giáo Hội Nguyên Thỉ chủ trì, có tinh thần cấp tiến và dung hợp nhiều hơn Đại Thừa (Mahayana) là con đường hoặc cỗ xe lớn, chỉ cho sự hành đạo và cứu độ nhắm tới tập thể mà không phải là cá nhân.

Duyên Khởi

Đạo lý duyên khởi là một cái nhìn khoa học và khách quan về thế giới thực tại. Duyên khởi nghĩa là sự nương tựa lẫn nhau mà sinh thành và tồn tại. Không những các sự kiện thuộc thế giới nhân sự như thành, bại, thịnh, suy mà tất cả những hiện tượng thuộc thế giới tự nhiên như núi, sông, hoa, cỏ cũng đều vâng theo luật duyên khởi mà sinh thành, tồn tại và tiêu hoại.

DUYÊN (Pratyaya) là những điều kiện. Sự sinh thành của một cái bàn chẳng hạn, tùy thuộc ở những điều kiện như gỗ, cưa, đinh, búa, người thợ mộc, vân vân… Vậy gỗ, cưa, đinh, búa, người thợ mộc là những DUYÊN cần thiết cho sự phát sinh của cái bàn. Sự sinh thành của một đứa bé cũng tùy thuộc ở những DUYÊN như tinh huyết của cha mẹ, thời gian thai nghén, sức ấm vân vân… Sự sinh thành của một nền dân chủ cũng tùy thuộc ở những DUYÊN như ý thức về quyền lợi và bổn phận của người dân, sự tranh thủ chính trị, sự bảo vệ hiến pháp, vân vân… Bất cứ một hiện tượng nào trong vũ trụ, tinh thần hay vật chất, đều do sự tập hợp của các DUYÊN mà thành. Sự vật nương vào nhau mà sinh thành và tồn tại, không có sự vật vào có thể tự mình sinh ra mình và tự mình tồn tại độc lập với những sự vật khác. Đó là yếu lý duyên khởi của đạo Phật.

Có bốn loại DUYÊN cần được phân biệt. Thứ nhất là NHÂN

DUYÊN có thể gọi là điều kiện gần gũi nhất, ví như hạt lúa là nhân duyên của cây lúa, gỗ là nhân duyên của cái bàn và đất sét là nhân duyên của cái bình. Thứ hai là TĂNG THƯỢNG DUYÊN tức là những điều kiện trợ lực cho nhân duyên, ví như phân bón và nước là tăng thượng duyên cho hạt lúa trở thành cây lúa, người thợ mộc và cây cưa là tăng thượng duyên cho khúc gỗ trở thành cái bàn, nước và lò gốm là tăng thượng duyên cho đất sét trở thành cái bình. Thứ ba là SỞ DUYÊN DUYÊN tức là những điều kiện làm đối tượng cho nhận thức, như hình sắc phát sinh ra cái thấy, âm thanh phát sinh ra cái nghe và tư tưởng phát sinh ra ý lự. Thứ tư là ĐẲNG VÔ GIÁN DUYÊN tức là sự liên tục không gián đoạn cần thiết cho mọi sự phát sinh, trưởng thành và tồn tại.

Luật nhân quả cần được quan sát và áp dụng theo nguyên tắc duyên sinh mới có thể gọi là luật nhân quả đạo Phật. Theo đạo lý duyên sinh, một NHÂN đơn độc không bao giờ có khả năng sinh ra quả, và một NHÂN bao giờ cũng đóng vai trò QUẢ, cho một NHÂN khác.

Ta đã biết rằng hạt lúa là NHÂN của cây lúa. Nhưng ta cũng đã biết thêm rằng nếu không có những tăng thượng duyên như đất, ánh sáng, nước và thời gian thì hạt lúa không bao giờ trở nên cây lúa được. Vậy ta kết luận: một nhân đơn độc không bao giờ có khả năng phát sinh ra quả. Do đó ta có thể nói: Vạn vật trong vũ trụ nương nhau mà phát sinh; nên ta không thể nói: (ví dụ) thái cực phát sinh ra vũ trụ. Tại sao? Bởi vì thái cực và thần linh, nếu là những nguyên nhân đơn độc, làm sao có khả năng phát sinh ra quả tức là thế giới? Do đó, thuyết thái cực phát sinh hoặc thần linh sáng tạo vũ trụ đi ngược với đạo lý duyên khởi. Chẳng những thế mà khi nói chân như[1] phát sinh vạn hữu, người Phật tử cũng đi ngược với đạo lý duyên khởi, nếu người Phật tử nghĩ rằng chân như là nguyên nhân đơn độc và đầu tiên. Có những triết gia và thần học gia cho rằng thái cực hoặc thần linh không phải là nguyên nhân đầu tiên mà chỉ là thực thể của hiện hữu vượt ngoài thời gian và không gian[2], trong trường hợp này họ cũng không đi ngược lại đạo lý duyên khởi của đạo Phật.

Trên thực tế, ta chưa từng thấy một nhân đơn độc nào có thể sinh ra quả, mà ta cũng chưa từng thấy một nhân mà không phải là một quả cho một nhân khác. Nếu ta cho rằng chân như hoặc thái cực hoặc thần linh làm phát sinh ra vũ trụ tức là ta công nhận: Một nhân đơn độc có thể làm phát sinh ra quả. Đó là một điều sai lạc. Hơn nữa, cái nhân đơn độc ấy do đâu mà có? Nếu không do đâu cả thì điều đó trái chống với luật nhân quả; nếu do một nhân khác sinh ra thì lại không phải là nguyên nhân đầu tiên. Cho nên ta thấy nhận thức về thái cực và về thần linh như THẬT THỂ CỦA VŨ TRỤ VƯỢT NGOÀI KHÔNG GIAN VÀ THỜI GIAN có thể đi đôi với đạo lý duyên sinh của Phật dạy.

Trong kinh A Hàm, Phật dạy: "Vì cái này có cho nên cái kia có, vì cái này không cho nên cái kia không, vì cái này sinh cho nên cái kia sinh, vì cái này diệt cho nên cái kia diệt". Đó là sự diễn tả đơn giản

---

[1] Chân như (Bhutatahata) là thực thể của vạn hữu.

[2] Như Paul Tillich, nhà thần học Cơ Đốc nổi danh ở Đức Quốc nói: "Thượng Đế không phải là nguyên nhân đầu tiên. Nói "Thượng Đế là nguyên nhân đầu tiên" chỉ là một cách nói mà thôi" (Paul Tillich, Systematic Theology)

và đúng mức của đạo lý duyên khởi. Nhật thức duyên khởi có thể được kiểm chứng bởi bất cứ ai, bởi vì đó không phải là một tín điều siêu hình, đó là sự thật thực nghiệm, phù hợp với nhận thức khoa học thực nghiệm. Phát minh ra đạo lý duyên khởi, Đức Phật soi cho ta thấy rõ bộ mặt của thực hữu, tránh cho ta bao nhiêu ngộ nhận sai lầm về vấn để nguyên ủy vũ trụ và giúp cho ta thành đạt trong phạm vi trí tuệ tu dưỡng cũng như trong phạm vi hành động thực tiễn. Thực vậy, đạo lý duyên khởi là đạo lý căn bản phá trừ vô minh và cố chấp, đồng thời cũng là một đạo lý căn bản cho hành động nhập thế. Phật tử phải tìm hiểu thấu đáo về đạo lý duyên khởi để áp dụng trong việc tu huệ cũng như trong việc tu phước; những diễn bày trong sách này về đạo lý duyên khởi chẳng qua chỉ mới là bước đầu mà thôi.

Vô Thường, Không và Vô Ngã

Trong đạo Phật, ta thường nghe nói đến giáo lý VÔ THƯỜNG, KHÔNG và VÔ NGÃ. Những giáo lý này cũng phát sinh từ một căn bản với giáo lý duyên khởi. VÔ THƯỜNG là tính cách thay đổi không ngừng của vạn sự vạn vật. Không có sự vật nào nằm yên bất biến, do đó không có sự vật nào giữ được tính cách đồng nhất tuyệt đối của nói; đó là VÔ NGÃ. Sự vật đã luôn luôn chuyển biến và không giữ được tính cách đồng nhất của chúng tức là sự vật trống rỗng: đó là KHÔNG. Chữ KHÔNG ở đây có nghĩa là trống rỗng, không chắc thật, chứ không có nghĩa là không có sự vật. Sự vật vẫn có, nhưng trong lòng sự vật người ta không tìm thấy tính cánh thường còn và đồng nhất, thế thôi.

Theo đạo lý duyên khởi, vạn vật nương vào nhau mà sinh khởi, tồn tại và tiêu hoại. Như thế vạn vật phải là VÔ THƯỜNG, bởi vì nếu không vô thường thì vạn vật sẽ bất sinh bất diệt. Vạn vật cũng VÔ NGÃ, bởi vì mỗi vật là do sự tập hợp của nhiều vật (duyên) mà thành. Vạn vật cũng là KHÔNG, bởi vì đã do các duyên mà thành, thì trong tự thân vạn vật không có một thực thể thường còn và đồng nhất.

Tứ Diệu Đế

Giáo lý căn bản thứ hai của đạo Phật là giáo lý TỨ DIỆU ĐẾ, tức là bốn sự thật lớn. Giáo lý này được diễn tả trong nhiều kinh điển, mà kinh điển đầu tiên là kinh CHUYỂN PHÁP LUÂN. Bốn sự thật lớn là: sự có mặt của những khổ đau (khổ), những nguyên nhân tạo nên khổ đau (tập), niềm an lạc khi khổ đau đã diệt (diệt) và con đường đạt tới niềm an lạc diệt khổ (đạo).

Giáo lý Tứ Diệu Đế là nguyên lý hành đạo có tính cách thực nghiệm và trị liệu. Tất cả các giáo lý Phật Giáo nguyên thỉ hay đại thừa đều được diễn bày theo nguyên lý Tứ Diệu Đế này. Cũng như giáo lý Duyên Khởi, giáo lý Tứ Diệu Đế không phải là những tín điều siêu hình mà là một nguyên lý có thể kiểm chứng được. Giáo lý "Bốn Sự Thật Lớn" được căn cứ trên luật nhân quả. Ta thấy hai cặp nhân quả sau đây:

1. QUẢ: Sự có mặt của khổ đau (khổ)
NHÂN: Những nguyên nhân tạo thành khổ đau (tập)

2. QUẢ: Niềm an lạc khi khổ đau đã diệt (diệt)
NHÂN: Con đường đi tới niềm an lạc diệt khổ (đạo).

Chúng ta hãy thử áp dụng nguyên lý tứ diệu đế vào trong một

vấn đề y khoa. Ví dụ bệnh lao phổi là SỰ THỰC THỨ NHẤT: (Khổ). Sự thực này ai cũng phải công nhận, bởi vì ai cũng có thể biết rằng bệnh lao phổi là một bệnh có thật. Nếu bệnh lao phổi có thật thì những nguyên nhân tạo nên bệnh lao phổi cũng có thật: Đó là vì trùng Koch, là sự ăn ngủ thiếu điều độ, là sự thiếu ánh sáng và khí trời, vân vân… Sự có mặt của những nguyên nhân sinh ra bệnh lao phổi tức là SỰ THỰC THỨ HAI (Tập). Không những các bác sĩ mà tất cả chúng ta đều biết rằng bệnh lao phổi có thể chữa lành được. Sự lành bệnh ở đây là SỰ THỰC THỨ BA (Diệt). Và muốn đi đến sự lành bệnh, ta phải theo những phương pháp chữa trị khoa học nhằm loại trừ những nguyên nhân làm ra bệnh. Những phương pháp này, ví dụ sự xử dụng thuốc trụ sinh trong lành vân vân… là SỰ THỰC THỨ TƯ (Đạo). Bất cứ vấn đề nào của sự sống cũng có thể được chữa trị theo nguyên lý Tứ Diệu Đế.

Trong chúng ta, ai cũng công nhận rằng khổ đau có mặt trong cuộc đời. Nghèo đói, ốm đau, bệnh tật, chết chóc, thất vọng, biệt ly, bất đắc chí, đàn áp, bất công, tủi nhục… SỰ THỰC THỨ NHẤT thật quá rõ ràng. Phật tử, sau khi nhận thức được sự thực thứ nhất, phải tĩnh tâm quan sát để tìm ra sự thực thứ hai tức là những nguyên nhân sinh ra đau khổ. Phương pháp do Phật chỉ dạy là phương pháp quán chiếu đạo lý duyên khởi. Tĩnh tâm, tâm trung ý và căn cứ vào thực nghiệm, ta có thể phát giác ra những nguyên nhân xa gần đã tạo ra những khổ đau ấy. SỰ THỰC THỨ HAI cần được khám phá một cách triệt để, nếu ta quả thực muốn tìm ra căn nguyên đích thực của chứng bệnh để chữa trị.

Đức Phật đã hướng dẫn ta nhìn vào sự thực thứ hai, những nguyên nhân của đau khổ, và ta cần nương theo những hướng dẫn ấy để khám phá. Trước hết, Phật dạy rằng vô minh là một nguyên do lớn của khổ đau. Vô minh là sự thiếu sáng suốt, là những nhận thức sai lạc về thế giới, thế giới nhân sự cũng như thế giới tự nhiên; những nhận thức đi ngược lại với đạo lý duyên khởi. Quán triệt đạo lý duyên khởi, ta có thể phá bỏ được vô minh: Đó là chìa khóa của phương pháp Phật học. Bất cứ một khổ đau nào cũng có những gốc rễ gần và xa của nó và ta cần đối trị với những gốc rễ ấy, hoặc trên bình diện cá nhân hoặc trên bình diện tập thể. Hãy lấy ví dụ không khí ngột ngạt trong gia đình. Cái không khí ngột ngạt ấy không thể tự nhiên mà có; trái lại, nó do nhiều nguyên nhân sinh khởi.

Có thể là những nguyên nhân kinh tế, có thể là những nguyên nhân tâm lý, có thể là những nguyên nhân xã hội. Sự cau có của người cha sau một ngày làm việc mệt nhọc, tự nó, cũng có nhiều gốc gễ phiền phức. Thái độ trách móc của người vợ, và sự thiếu hiểu biết của những người con có thể làm trầm trọng sự cau có kia lên. Nếu tất cả mọi người trong gia đình đều biết tĩnh tâm quán chiếu để thấy rõ những nguyên do xa gần của không khí căng thẳng ngột ngạt trong gia đình thì tự nhiên thái độ cau có, trách móc và hờn dỗi tan biến, không khí ngột ngạt sẽ không trở nên trầm trọng và mọi người trong gia đình sẽ cộng tác tìm cách xóa bỏ dần những nguyên nhân gần xa đưa đến sự cau có của người cha vào buổi cuối ngày.

Thực ra thái độ dịu dàng, thông cảm và hiểu biết của người mẹ đã có thể làm dịu bớt nỗi cau có đó, và sự cộng tác của bà để chia xẻ những ưu tư, bực bội của chồng sẽ đóng góp rất nhiều trong việc tìm ra và tiêu diệt những nguyên nhân của sự cau có kia. Tìm ra sự thực thứ hai không phải là dễ dàng như ta tưởng; nó đòi hỏi công phu thực tập tĩnh tâm thiền quán hàng ngày của mỗi người. Thiếu công phu này, ta sẽ dễ dàng trút sự giận dữ và hờn oán lên kẻ khác, tại vì ta không thấy rõ đâu là nguyên nhân đích thực của những khổ đau mà ta chịu đựng.

Về mặt xã hội, sự vắng mặt các quyền căn bản dân chủ và tự do cũng có những nguyên nhân sâu xa của nó. Nguyên nhân mà người hay nhắc đến nhất là một chế độ độc tài. Nhưng đó không phải là nguyên nhân duy nhất. Một chế độ độc tài chỉ có thể đứng vững được khi nó được hỗ trợ bởi một ngoại bang và khi mà dân chúng trong xã hội ấy không ý thức được quyền căn bản dân chủ và tự do của mình và không tranh đấu cho những quyền ấy. Dân chủ và tự do cũng như bất cứ thứ hạnh phúc nào, không phải là những món quà từ trên trời rơi xuống; trái lại, phải tạo dựng, bồi đắp và bảo vệ mới có.

Những quyền dân chủ và tự do không phải là những điều do một chính quyền tốt ban bố, người dân phải biết học tập và xử dụng các quyền dân chủ tự do, phải biết tôn trọng các quyền dân chủ tự do của kẻ khác và phải biết đoàn kết với nhau để bảo vệ và tranh đấu cho những quyền kia khi chúng bị đe dọa. Nếu ta biết rõ những nguyên nhân nào đã khiến cho các quyền dân chủ và tự do vắng mặt, chúng ta chắc chắn sẽ tìm ra được những phương pháp để thực hiện các quyền này trong xã hội của chúng ta. Tĩnh tâm và quan sát tìm cho ra những nguyên nhân này tức cũng là thực hành sự thực thứ hai vậy.

SỰ THỰC THỨ BA là mục tiêu mà ta hướng đến. Ta phải biết là

ta muốn gì. Đã đành ta có thể nói rằng sự thực thứ ba là hạnh phúc, nhưng ta không nên lầm hạnh phúc chân thực với những hình thái mới nhìn qua thì trông như hạnh phúc mà kỳ thực chỉ là những nguyên nhân của khổ đau. Hạnh phúc chân thực được diễn tả trong đạo Phật như là sự vắng mặt của những khổ đau, là sự giải phóng của con người ra khỏi tham dục, hận thù và tối tăm, là sự đạt tới các đức vô úy, trầm tĩnh, đại hùng, khiến cho ta không còn là nạn nhân của sự sợ hãi, của những thành bại đắc thất tầm thường. Trên căn bản của sự giải phóng đó, chắc chắn hạnh phúc phải là chân thực và bền vững. Sức khoẻ, tài năng, sản nghiệp, tự do, công bình, dân chủ, vân vân... chỉ có thể trở nên những hình thái hạnh phúc thật sự trên nền tảng giải phóng đó.

Người Phật tử phải nhận thức rằng theo đuổi sự nghiệp giải thoát không phải là từ bỏ mọi hạnh phúc của cuộc đời, trái lại chính là để xây dựng một nền tảng vững chãi cho hạnh phúc. Nếu không đạt tới căn bản giải thoát thì dù có mắt cũng không biết nhìn, có tai cũng không biết nghe, có cuộc đời cũng không biết sống, có những điều kiện hạnh phúc cũng không biết hạnh phúc. Thế cho nên học tập để thấy rõ mục tiêu đích thực mà mình hướng tới tức là thực hành sự thực thứ ba. Phải nhận thức sự thực thứ ba như một thực tại mà không phải một mơ ước hão huyền hay một mộng tưởng. Sự an lạc mà chúng ta đạt đến do thực hiện những phương pháp Phật Giáo là điều có thể kiểm chứng được. Bất cứ một nhân nào gieo xuống đều có thể đưa đến kết quả; không một nỗ lực nào của ta có thể gọi là vô ích. Nếu chúng ta kiểm điểm để nhận thấy kết quả và tính cách hữu hiệu của những nỗ lực hành đạo hàng ngày của chúng ta, chúng ta sẽ có thêm đức tin nơi sự thực thứ ba; rõ ràng như người nông phu, sau khi áp dụng những phương pháp canh tác khoa học, gặt hái được gấp bội và có thêm đức tin về nguyên tắc cải tiến nông nghiệp.

SỰ THỰC THỨ TƯ là con đường, là phương pháp hành động. Để đạt tới một đời sống an lạc hạnh phúc cho bản thân và cho xã hội, ta phải biết tìm đường, ta phải biết phương pháp hành động. Sự thực thứ tư không phải là một số giáo điều hoặc giới luật có thể học thuộc lòng, trái lại là kết quả của những chiêm nghiệm sâu sắc về các sự thực thứ nhất, thứ nhì và thứ ba cùng những kinh nghiệm sống của chúng ta về các sự thực ấy. Trong kinh ta thấy nói tới ngũ căn, ngũ lực, tam học, thất bồ đề, bát chánh đạo vân vân… Đó đều là những giáo lý thuộc sự thực thứ tư, những phương pháp có thể đem áp dụng trong đời sống để tiêu diệt khổ đau, kiến tạo an lạc. Những giáo lý này chỉ có giá trị và hiệu lực khi ta biết đem chúng áp dụng một cách thông minh vào sự sống. Trái lại nếu ta chỉ đọc tụng hoặc chiêm nghiệm mà không đem chúng áp dụng vào đời sống hàng ngày thì sự bổ ích sẽ không có được bao nhiêu. Sau đây ta thử xét qua một ví dụ về sự thực thứ tư: Đó là bát chánh đạo.

Bát Chánh Đạo

Bát chánh đạo là con đường của tám nguyên tắc hành động chân chính (Astamaga). Tám nguyên tắc hành động ấy có liên hệ nhân quả rất mật thiết với nhau như sau:

1. Chính kiến: Thấy đúng.
2. Chính tư duy: Nghĩ đúng.
3. Chính ngữ: Nói đúng.

4. Chính nghiệp: Hành động đúng.

5. Chính mệnh: Phương tiện mưu sinh chân chính.

6. Chính tinh tiến: Cần mẫn và nỗ lực chân chính.

7. Chính niệm: Ý thức chân chính.

8. Chính định: Thiền định chân chính

Nếu ta chiêm nghiệm và áp dụng tám nguyên tắc trên vào cuộc sống thường nhật ta sẽ thấy tính cách liên hệ nhân quả giữa những nguyên tắc ấy. Hãy thử xét nguyên tắc thứ nhất là CHÍNH KIẾN. Ai cũng bảo nếu thấy đúng thì hành động mới đúng, do đó chính kiến là cần thiết cho CHÍNH NGHIỆP. Nhưng làm thế nào để thấy đúng? Theo đạo Phật, sự thấy đúng không phải chỉ có thể đạt được do sự học hỏi trong sách vở hay do sự suy tư phân tích bằng trí thức. Sự thấy đúng là kết quả của kinh nghiệm sống và của sự tu chứng nữa. Ngày xưa, triết gia Vương Dương Minh của Trung Hoa có xướng thuyết TRI HÀNH HỢP NHẤT, có nghĩa là THẤY và HÀNH ĐỘNG là một.

Do THẤY ĐÚNG mà HÀNH ĐỘNG ĐÚNG, do hành động đúng mà cái thấy càng đúng; hai điều bồi đắp cho nhau. Ý nghĩa của CHÍNH KIẾN và CHÍNH NGHIỆP trong đạo Phật cũng tương tợ như vậy; nhưng trong bát chánh đạo, không những chỉ có chính kiến và chính nghiệp mà còn sáu nguyên tắc khác nữa, tất cả điều liên hệ với nhau, bồi đắp cho nhau một cách thắm thiết đến nỗi trong tám chi của bát chánh đạo, mỗi chi đều bao gồm cả tám chi. Chi nào cũng làm nhân và đồng thời làm quả cho bảy chi kia. Chính kiến không phải là bước đầu, cũng như chính định không phải là bước cuối cùng; tám chi của bát chánh đạo cùng được áp dụng một lượt, do đó nên đạo Phật gọi đây là con đường của TÁM

NGUYÊN TẮC HÀNH ĐỘNG CHÂN CHÍNH.

CHÍNH KIẾN là cái thấy về sự thực, sự thực bản thân cũng như sự thực xã hội, sự thực tâm lý cũng như sự thực về vũ trụ. Chính kiến có nhiều mức độ cao thấp khác nhau tùy theo trình độ sinh hoạt và tu chứng của con người. Mức cao danh của chính kiến gọi là vô thượng chính đẳng chính giác (Anuttara-samyak-sambodhi) tức là tri giác cao tột của Phật. Đối với người tu Phật, chính kiến cần phải được khai mở và phát triển mãi mãi bằng học tập và thực hành. Quán sát đạo lý duyên khởi và áp dụng đạo lý ấy trong mọi lãnh vực của sự sống, ta sẽ nâng cao dần tầm chính kiến của ta.

CHÍNH TƯ DUY là nghĩ đúng, và nghĩ đúng ở đây có nghĩa là suy tư phù hợp với đạo lý duyên khởi. Ví dụ như ta muốn có một cái nhìn chính xác về tình trạng xã hội trong đó ta đang sống. Ta phải theo nguyên lý duyên khởi mà tìm ra mọi nguyên nhân xa gần, những nguyên nhân hiển nhiên hoặc bị che dấu, ta mới có thể đạt được tới cái nhìn chính xác ấy. Nếu ta chỉ tùy theo thói quen, thành kiến và khuynh hướng đơn giản hóa vấn đề, ta sẽ không thấy được đúng, và do đó vì không có chính tư duy nên ta không đạt tới được chính kiến. Kết luận là ta phải biết tư duy theo nguyên lý duyên sinh.

CHÍNH NGỮ là nói đúng, và nói đúng ở đây có nghĩa là phát biểu sự thực căn cứ trên nguyên lý duyên sinh. Bất cứ một phát biểu nào của ta mà không phù hợp với nguyên lý duyên sinh đều không phải là chính ngữ. Lời nói là một hình thức của hành động gọi là khẩu nghiệp. Lời nói là dụng cụ để diễn tả điều ta thấy và nghĩ; nếu thấy sai và nghĩ sai thì nói cũng sai. Mà khi ta nói sai, ta gây tác động lầm lạc cho chính ta và cho người khác. Lời nói không những cần phải diễn tả sự thực mà còn nhắm đến sự xây dựng; ta phải thấy tất cả hậu quả của lời ta nói. Chỉ khi nào thấu được lý duyên sinh ta mới biết nói những lời có thể khai thị sự thực, tạo nên hòa khí, làm tiêu tan không khí nghi kỵ, oán thù và sợ hãi quanh ta.

CHÍNH NGHIỆP là hành động đúng, ở đây cũng có nghĩa là hành động phù hợp nguyên lý duyên sinh. Một hành động thuận theo lý duyên sinh là một hành động chắc chắn đem lại kết quả tốt, một người nông dân biết canh tác theo lý duyên sinh là một người nông dân thông minh, chắc chắn sẽ gặt hái được nhiều hơn những người nông dân khác. Biết được hết mọi dữ kiện về hạt giống, phân bón, thời tiết, thị trường, người nông dân sẽ có nhiều cơ hội thành công. Trong gia đình và xã hội biết hành động theo nguyên lý duyên sinh, người Phật tử tạo được hòa khí và thương yêu xây dựng được đời sống an lạc của mình mà không phương hại đến an lạc của kẻ khác.

CHÍNH MỆNH là phương tiện sinh sống chân chính. Một nghề nghiệp lương thiện, đó là chính mệnh. Nhưng thế nào là một nghề nghiệp lương thiện? Điều này cũng chỉ có thể trả lời bằng sự nhận xét về xã hội trên nguyên lý duyên sinh. Những phương tiện sinh sống không gây tai họa và khổ đau cho kẻ khác trong hiện tại cũng như trong tương lai. Những phương tiện sinh sống thẳng thắn, không lừa đảo, không gieo rắc lầm lạc, không bóc lột kẻ khác, không vi phạm quyền tự do và bình đẳng kẻ khác, không phá hoại môi trường sinh hoạt của con người: Đó là chính mệnh.

CHÍNH TINH TIẾN là nỗ lực chân chính tức là sự cố gắng không ngừng trên mọi lãnh vực tu tập. Đây cũng là một phương diện của sự tu tập theo nguyên lý duyên sinh. Có khi những nỗ lực của ta không được gọi là chính tinh tiến, chỉ vì những nỗ lực ấy không phải là chính nghiệp, được hướng dẫn bởi chính kiến. Những nỗ lực trên hướng danh lợi, tham lam hay căm thù đều không được gọi là chính tinh tiến, bởi vì kết quả của những nỗ lực này có thể là khổ đau cho những người khác và do đó là cho chính bản thân mình.

CHÍNH NIỆM là sự nhớ nghĩ chân chính. Chúng ta đừng lầm chính niệm với chính tư duy. TƯ DUY là sự suy tưởng trong khi đó NIỆM là sự nhớ nghĩ, trái với sự quên lãng. Chính niệm là một phương pháp tu luyện rất mầu nhiệm. Đó là ý thức sáng tỏ về sự sống của chính bản thân mình. Người Phật tử chân chính là người biết tập sống thường xuyên trong chính niệm, nghĩa là sống có ý thức, biết mình đang làm gì, nghĩ gì, nói gì và do đó có thể soi sáng mọi tư tưởng, ngôn ngữ và hành động mình bằng nguyên lý duyên sinh. Sống trong sự quên lãng tự để cho mình bị kéo theo ngày tháng và hoàn cảnh mà không tự chủ được, không thấy được mình đang sống, không thấy được sự sống là mầu nhiệm, đó không phải là sống nữa mà là trôi lăn trong sinh tử.

CHÍNH ĐỊNH là phương pháp thiền định chân chính. Thiền định là sự tập trung ý để đạt tới chính kiến tức là cái thấy chân chính. Định ở đây không có nghĩa là tư duy hay suy tưởng mà là những phương pháp tập trung tâm ý và thiền quán nhắm phát khởi trí tuệ. Những phương pháp này không nhắm đến sự tu luyện thôi miên, pháp thuật và trường sinh, mà nhắm đến sự phát hiện tuệ giác giác ngộ nên gọi là chính định.

Ý Chỉ Của Đạo Phật Nhập Thế

Trên đây là đại cương các đạo lý duyên sinh, tứ diệu đế và bát chánh đạo. Học hỏi và thực tập các đạo lý này, người Phật tử xây dựng bản thân mình về ba mặt trí tuệ, tình thương và ý chí. Nhưng cá nhân liên hệ mật thiết với xã hội, do đó sự xây dựng bản thân liên hệ với sự xây dựng gia đình, xóm làng, giáo hội, quốc gia và thế giới. Đó là ý chỉ của đạo Phật nhập thế truyền thống tại Việt Nam.

II.

XÂY DỰNG BẢN THÂN

Con Người Và Xã Hội

Con người nếu bị hoàn cảnh sai sử và lôi kéo hoàn toàn thì không còn có khả năng chủ động được tình trạng và cải tạo được xã hội. Đã đành con người chịu ảnh hưởng những điều kiện kinh tế, chính trị và văn hóa của xã hội, nhưng nếu con người chỉ là cái nút chai cá nhân trôi nổi bồng bềnh trên sóng nước xã hội, thì giá trị quyết định của con người không còn nữa. Con người đã trở nên nạn nhân yếu đuối. Do đó, con người phải phục hồi được sức mạnh tâm linh và tự chủ của mình bằng phương pháp tu dưỡng. Hình ảnh con người hoàn toàn bị xã hội lôi kéo cũng giống hình ảnh một người cưỡi ngựa mà không điều khiển được con ngựa, mặc cho con ngựa đưa tới đâu thì tới. Trong xã hội ngày nay, khả năng con người để kiểm soát hoàn cảnh xã hội đã trở nên mong manh, bởi vì hệ thống kinh tế và chính trị của con người tạo dựng ra đã trở thành những lực lượng phi nhân trở lại khống chế con người. Con người đang bị kẹt nhiều trong hệ thống kinh tế và xã hội hiện tại, đang cố gắng để vượt thoát với rất nhiều khó khăn.

Người ta đã đàm luận nhiều về vấn đề bản thân cần phải được cải tạo trước hay là xã hội cần phải được cải tạo trước. Theo đạo Phật, con người không thể tách rời ra khỏi xã hội, nên sự cải tạo phải được thực hiện song hành. Con người là chính báo (nghĩa là quả báo chính) và xã hội là y báo (tức là quả báo hoàn cảnh). Cả hai thứ chính báo và y báo đều thuộc về sự sống của con người cho nên đều phải được cải tạo song hành. Vì con người không thể tách rời ra khỏi môi trường xã hội nên sự tu dưỡng của con người cũng được thực hiện ngay trong môi trường sinh hoạt xã hội. Sự tu dưỡng này không thể được thực hiện hoàn toàn trong một môi trường khép kín. Một con người không có liên hệ với những con người khác thì không phải là một con người bình thường.

Khi nói đến sự thay đổi xã hội, chúng ta hay có khuynh hướng nghĩ ngay đến sự thay đổi hệ thống chính trị, kinh tế của xã hội mà quên rằng sự tu dưỡng bản thân là một trong những điều kiện tất yếu của thành công. Tâm ý của con người đóng một vai trò chủ yếu trong cách mạng, nhất là đối với những người thuộc giới chủ chốt tiên phong cho cách mạng. Những ai muốn đổi mới cuộc đời, xây dựng cho gia đình, cho làng xóm và cho xã hội cần phải thấy rằng sự tu dưỡng tâm ý là cần thiết bởi vì sự tu dưỡng này cho ta rất nhiều sức mạnh, nghị lực và nguồn vui sống, những điều kiện rất thiết yếu của thành công.

Chánh Niệm

Phải thực tập chánh niệm: Biết mình đang nghĩ gì, nói gì và làm gì để có thể chủ động đời sống mình và không bị lôi kéo bởi hoàn cảnh. Đây là một phương pháp tu tâm thần diệu của đạo Phật. Phương pháp này không bắt đầu bằng sự phân biệt những ý niệm thiện ác mà bằng sự quán sát sự sống của bản thân mình. Có nhiều người tuy sống mà thật ra không sống, bởi vì họ không có ý thức về sự sống của họ: Họ ăn, ngủ, làm việc và giải trí như một bộ máy cho đến khi chết. Đến lúc sắp lìa đời, nhìn lại họ giật mình thấy như mình chưa từng sống: Sáu, bảy mươi năm qua vừa qua đi như một giấc mộng. Bí quyết của phương pháp chính niệm là Ý THỨC ĐƯỢC RẰNG MÌNH ĐANG SỐNG: Khi đang ăn, mình biết là mình đang ăn, khi đang ngồi, mình biết là mình đang ngồi.

Nói tóm lại mình phải ý thức được mỗi giây phút của đời sống mình. Thắp lên ngọn đèn chính niệm, tự nhiên sự vô tâm quên lãng trở thành ý thức sáng tỏ và sự chết biến thành sự sống. Nhiều lần trong một ngày ta tự hỏi mình: Ta là ai, ta đang làm gì, nghĩ gì, nói gì? Như thế, ta nắm ngay được chủ quyền, không để cho hoàn cảnh lôi kéo và áp giải ta về thế giới quên lãng và về cái thế giới của sự chết. Ta sống cuộc đời của ta. Buổi sáng rửa mặt nhìn vào trong gương, ta tự nhủ: "Đây là một ngày mới, ta phải sống ngày hôm nay cho trọn vẹn. Ta phải biết làm thế nào để sống ngày hôm nay cho an lạc, đừng để cho những tên giặc cáu kỉnh, tỵ hiềm và hối hả đến quấy phá và cướp mất hai mươi bốn giờ quý báu của ta".

Ta hãy quan sát chú Bảy, một người có học Phật và biết áp dụng thông minh phương pháp tu dưỡng đạo Phật. Trong ngày, mỗi khi chú Bảy tự bắt gặp chú đang phiền muộn hay cáu kỉnh, chú liền tự đánh thức chú dậy. Chú tự nói: " Ta đang bị phiền muộn và cáu kỉnh thống trị. Ta không thể để cho cuộc đời ta bị đục khoét tan nát bởi những con sâu phiền muộn và cáu kỉnh. Ta phải sống đời sống của ta một cách an lạc".

Cố nhiên chú Bảy biết là những phiền muộn cáu kỉnh và tỵ hiềm kia mỗi thứ đều có nguyên nhân của chúng. Chú biết những điều đó đáng giận thật, nhưng chú nhất định không đem cuộc đời của chú để đánh đổi lấy một chuỗi phiền muộn. Chú tự nhủ: "Phải sống làm sao như một trái núi đá; những phiền não kia chỉ có thể như những đợt sóng biển va chạm và tan vỡ dưới chân núi đá". Sự khác nhau giữa người có tu và không tu là ở chỗ đó; người có tu thì giữ được tâm thanh tịnh và an lạc ngay trong thế giới dẫy đầy điều bất như ý. Quán sát những sự việc xảy ra trong ánh sáng duyên khởi, ta sẽ thấy não phiền dễ tan rã và có thể nhìn cuộc đời với những con mắt tha thứ và thương yêu. Kinh Pháp Hoa xưng tán đức bồ tát Quán Thế Âm là người biết nhìn người đời với những con mắt từ bi (từ nhãn thị chúng sanh). Đó là vị bồ tát này do quán chiếu cuộc đời trong ánh sáng duyên khởi cho nên đem lòng thương tất cả mọi loài.

Ta phải thỉnh thoảng nhìn lại chính ta trong lúc đang nói hay đang làm một điều gì. Ta hãy quán chiếu bản thân ta để trước hết là ta thấy ta đang nói điều đó hay đang làm điều đó. Chỉ từng ấy thôi cũng đủ đưa ta về chính niệm cho dù trong khi đó nói điều kia ta đã có thể đi xa chính niệm đến hàng muôn dặm. Ta nên biết rằng mỗi lần quán chiếu tự thân như thế ta chỉ tiêu xài một vài giây đồng hồ. Nhưng chính một vài giây đồng hồ đó có thể thắp lên một mặt trời trong thế giới của ta và giải phóng ta khỏi thế giới quên lãng bị động có tính cách mê ám. Mỗi ngày ta có thể dành được bao nhiêu giây đồng hồ công trình quán chiếu này? Bậc giác ngộ là người quán chiếu thường xuyên tự tâm mình. Ta là người quyết tâm học theo các bậc giác ngộ, chẳng lẽ ta không để dành được vài phút trong một ngày cho công trình quán chiếu quan trọng ấy sao? Ta nên biết, dù chỉ có thể tiêu xài vài ba phút trong ngày cho công trình quán chiếu tự tâm, ta cũng đã làm cho cuộc đời ta sáng rỡ và có ý nghĩa vạn lần hơn trước.

Trở lại trường hợp chú Bảy. Mỗi khi chú dùng giây phút quán chiếu để trở về với chính mình và làm chủ được tình trạng, chú thường mỉm cười để chứng tỏ sự chiến thắng để có thêm đức tin ở khả năng mình.

Quán Chiếu

Ta nên dành một ít thì giờ trong ngày để tĩnh tâm, thiền tọa, đối diện với chính mình và cứu xét nguyên lý duyên khởi trong các sự việc sảy ra hàng ngày. Phải tìm được giờ yên tĩnh, hoặc ở gia đình, hoặc ở chùa, hoặc trong công viên, hoặc ngoài đồng ruộng để thực hiện điều này.

"Tôi không có thì giờ" mọi người đều nói như thế. Đúng rồi, buổi sáng thức dậy thì lo đi làm, chiều làm về thì mệt, ăn cơm xong thì chỉ muốn nghỉ ngơi để sáng mai lại đi làm. Ai sống trong thời buổi này mà không bận rộn. Nhưng chính làm thế nào để đừng sống như một bộ máy, làm thế nào mà có được thì giờ cho chính mình, làm thế nào để sống đời sống của mình, đó mới là vấn đề quan trọng.

Buổi sáng khi múc nước vào chậu rửa mặt, đánh răng, cạo râu, ta gọi đó là một sự bận bịu sao? Năm hoặc mười phút đồng hồ ấy có thể đi qua một cách vội vã, hấp tấp và vụt chạc; năm nay mười phút ấy trái lại, cũng có thể là năm mười phút thoải mái vui tươi mà ta có thể sống. Rửa mặt chỉ là để cho sạch mặt mũi mà thôi sao? Rửa mặt có thể là một lạc thú, một niềm vui đơn giản và trong lành. Nếu ta dùng năm mười phút ấy để lo âu, để tính toan công việc trong ngày, thì ta không được hưởng cái niềm vui đơn giản và trong lành đó. Ta hãy gạt đi những nỗi lo âu, tính toán kia; cười trong tấm kính, ta nghĩ đến chậu nước mát, chiếc khăn bông sạch sẽ, một ngày trọn vẹn sẽ do cách sống của ta mà trở nên vui tươi... Trong ngày ta CÓ những giờ vui như vậy. Khi ta tắm hoặc bơi trong giòng sông hoặc xối xuống vai nước mát lạnh bằng chiếc gáo dừa, ta có thể dùng thì giờ ấy để tĩnh tâm và quán chiếu.

Khi ta đi làm về, từ bến xe buýt hoặc từ ngoài ruộng vườn đi bộ về nhà, ta có thể thở không khí trong lành hoặc quán sát sự sống chung quanh và quán chiếu tâm mình. Nếu có một phòng riêng trong gia đình thì rất tốt, ta yêu cầu mọi người trong gia đình cho ta mười lăm phút hoặc nửa giờ an tịnh. Tắm xong ta thắp một cây nhang cho tinh khiết: Cửa sổ mở ra nếu bên ngoài không ồn ào lắm. Ta đâu có cần phải bỏ ra hàng giờ, hàng buổi để tĩnh tâm mà than phiền là quá bận rộn. Năm phút cũng đã là quý rồi. Cái hay nhất trong đạo Phật là pháp tĩnh tâm thiền quán: Nếu mình là Phật tử mà không biết áp dụng những phương pháp này thì thật là uổng quá, cũng ví như có kho lúa gạo mà không biết ăn. Có gia tài mà không xài. Phương pháp tĩnh tâm như thế nào? Ta có thể học tập với những người bạn đã từng có kinh nghiệm, hoặc với những tăng sĩ có khả năng. Nếu chưa có ai để học hỏi, thì ta có thể mô phỏng mà tập theo phương pháp sau đây của chú Bảy, rất đơn giản mà cũng rất có hiệu quả, trong khi chờ đợi.

Buổi tối, sau khi tắm, chú Bảy mặc áo quần rộng rãi. Rất thong thả chú sắp đặt lại căn phòng của chú cho ngăn nắp, thay nước hoặc cắm lại một bông hoa hay một cành cây trên bàn Phật, và cuối cùng chú thắp một cây nhang. Từ khi bắt đầu "công việc" như sắp lại mấy cuốn sách, cầm chiếc chổi lông phất bụi, chú biết tự nhiếp mình trong chính niệm, mỗi cử chỉ, mỗi động tác của chú đều ung dung thư thái và đặt dưới sự kiểm soát từ hòa và sáng suốt của ý thức. Chú Bảy cảm thấy nhẹ nhàng, thoải mái và an lạc. Chú nhất định không hấp tấp, không vụt chạc, bởi vì chú biết rằng mỗi cử chỉ mỗi cái nhìn, mỗi ý tứ đều là sự tĩnh tâm thiền quán. Khi cầm một bình hoa, chú ý thức rằng: cắm một bình hoa không hẳn là để CÓ một bình hoa: cắm một bình hoa là để cắm một bình hoa; động tác cắm hoa còn quan trọng hơn cả kết quả của động tác ấy (tức là có một bình hoa đẹp).

CẮM HOA là để quán chiếu tâm mình, là thiền định, là chính niệm, là sống trọn vẹn giây phút hiện tại. Trong khi cắm hoa chú Bảy thấy lòng chú thanh tịnh, an lạc, chú có ý thức rõ ràng rằng chú đang cắm hoa, đang sống an lành giờ phút chú cắm hoa. Nếu ta làm được như chú Bảy ta sẽ thấy cử chỉ của ta ung dung, từ hòa, thân thể ta thư thái và tâm ý ta lâng lâng một niềm vui thanh thoát. Nghệ thuật cắm hoa và pha trà phát xuất từ thiền viện, bắt nguồn từ nguyên tắc chính niệm này. Chú Bảy để ra năm phút để cắm một bình hoa. Phí thì giờ quá, người ta có thể nghĩ; nhưng đây là thì giờ của ý thức, của quán niệm, của an lạc, còn quý giá gấp ngàn lần thì giờ để dành vào việc lo lắng, bực bội và mưu toan.

Cắm hoa hoặc quét nhà hay xếp lại sách trên bàn thì cũng vậy. Ta nên thong thả mà làm TRONG TINH THẦN CHÍNH NIỆM. Đó chính là sự tu tập quan trọng nhất. Trong tu viện thiền, những khi nấu cơm, rửa chén bát, gánh nước, quét sân… nhà thiền giả cũng luôn luôn tu tập chính niệm và quán chiếu, giống như khi chú Bảy cắm hoa vậy.

Sau khi dọn dẹp căn phòng, đốt một cây nhang, cắm thật thẳng trong lư hương, chú Bảy thắp một cây đèn cầy (nến) để cho ánh sáng trở nên dịu dàng hơn và chú tắt đèn điện, bởi vì đèn điện chói sáng quá. Chú ngồi lại ngay ngắn trước bàn Phật, trên chiếu, trên ghế, hoặc trên bộ ván theo kiểu bán già. Thật ra ta ngồi như thế nào cho thật thoải mái là được, không cần phải ngồi theo kiểu bán già như chú. Nhưng nếu ta tập ngồi được theo kiểu bán già thì lại càng hay. Ngồi bán già dễ hơn ngồi kiết già: Chú Bảy ngồi ngay thẳng, bắp chân trái để trên bắp chân mặt hoặc bắp chân mặt để trên bắp chân trái. Hai tay đặt trên bắp chân, chính giữa, lòng tay mặt đặt trên lòng tay trái. Sống lưng chú thẳng, đầu thẳng, mắt chú hơi khép nhìn về phía trước chừng hai thước, miệng chú hơi mỉm cười. Ngồi kiết già thì cũng giống như bán già. Nhưng bàn chân phải đặt trên bắp chân trái và bàn chân trái đặt trên bắp chân phải. Ngồi kiết già chưa quen thì đau lắm, nhưng quen rồi thì không đau đớn gì nữa. Ngồi bán già hay kiết già là những thế ngồi rất vững mạnh; khi ngồi như thế ta thấy tâm hồn ta vững chãi, tỉnh táo và tinh tiến hơn.

Chú Bảy bắt đầu tập thở. Chú thở rất nhẹ nhưng sâu. Tuy thế chú không cố gắng thở căng phổi quá; chú biết hễ cái gì ráng quá là không tốt. Chú thở vào, thở ra nhiều lượt, hơi thở nhẹ nhàng, không gây tiếng động, hơi thở chú trôi theo một giòng dịu êm, không bị đứt khoảng, giống hệt như một giòng nước chảy trên một đồng bằng có cát, không phải như một giòng thác róc rách. Trong khi thở, chú tiếp tục quán chiếu; khi thở vào, chú biết chú đang thở vào, khi thở ra chú biết chú đang thở ra: Thở một hồi, chú thấy khoan khoái và thanh tịnh trong người.

Bây giờ chú Bảy xét những vấn đề liên hệ tới sự sống hàng ngày, những vấn đề đã làm bận rộn tâm chú. Giữ tâm thanh thản và duy trì nụ cười hơi chớm còn mãi trên môi, chú bắt đầu xét các vấn đề này trong ánh sáng liên hệ duyên sinh. Chú không cho sự bực dọc phát hiện, bằng cách áp dụng phương pháp giữ hơi thở đều đặn, và tiếp tục duy trì nụ cười hơi chớm trên môi. Chú tưởng niệm một câu trong kinh Pháp Hoa, ví dụ câu: "Từ nhãn thị chúng sanh" đem con mắt thương yêu mà nhìn mọi người. Vì vô minh, vì thiếu hoàn cảnh giáo dục thuận lợi, vì những khó khăn của đời sống, người ta đã trở nên thiếu hiểu biết, thô lỗ, sỗ sàng, tệ bạc như thế… Chú quán chiếu duyên sinh để tưới thêm gốc từ bi tâm, và để con mắt tình thương (từ nhãn) của chú không bị che lấp bởi những tham giận tầm thường. Chú tìm giải quyết mọi vấn đề trên căn bản từ hòa, thương yêu, bất bạo động. Chú tìm cho ra lời giải đáp và phương pháp hành động theo giáo lý đạo Phật. Chỉ có tình thương mới đối phó được với mọi não phiền.

Nếu trong nhà, ta không tìm ra được khung cảnh yên tịnh để làm công việc quán chiếu như chú Bảy thì ta có thể tìm ở chùa, hoặc một nơi vắng trong công viên, hoặc trong thư viện, hoặc ngoài đồng ruộng. Tố Nga là một sinh viên Phật Tử. Vì nhà buôn bán bận rộn, nên nàng thực hành giờ quán chiếu tĩnh niệm ở thư viện quốc gia.

Thiện Tri Thức

Ta cần tìm bạn, tìm thầy để học hỏi thêm về đạo Phật, và chia xẻ kinh nghiệm về sự áp dụng đạo Phật vào đời sống. Thầy và bạn là những tăng thượng duyên rất quý giá, nhờ họ mà ta có thể trao đổi kinh nghiệm, không những trong sự áp dụng đạo Phật vào đời sống tâm linh bản thân mà còn trong sự áp dụng đạo Phật vào đời sống gia đình và xã hội nữa. Chính sự trao đổi kinh nghiệm quan trọng và cần thiết hơn lý thuyết nhiều, vì vậy ta đừng nên để hết thì giờ vào sự nghiên tâm lý thuyết, học hết bộ kinh này rồi đến bộ kinh khác trong khi đó thì không biết lợi dụng những kinh nghiệm của ta và của các bạn thiện tri thức của ta để đi sâu vào sự áp dụng thực hành.

Ông Tư Siêu tự cho là học rộng, biết nhiều về đạo Phật. Ông nói ông có thể giảng giải về kinh Viên Giác, Pháp Hoa, Lăng Nghiêm. Nhưng sự học Phật của ông hình như không có lợi gì nhiều cho đời sống của ông, bởi vì ông vẫn bị dằn vặt khổ đau vì tánh tự hào, nóng giận và ganh tị. Ông không có bạn và chính trong gia đình, bà Tư và các con ông cũng không ưa ông. Chú Bảy, trái lại, tuy biết nhiều về Phật học nhưng vẫn luôn luôn tìm cách gần gũi các bậc thầy và các bạn thiện tri thức để tìm học thêm và trao đổi kinh nghiệm. Chú Bảy được mọi người yêu chuộng vì lời chú nói phù hợp với đời sống của chú: Chú luôn luôn tìm áp dụng đạo Phật vào cuộc đời một cách tự nhiên, không ồn ào, không khoe khoang.

Bát Quan Trai

Mỗi tháng một vài lần chùa tổ chức những kỳ tu Bát Quan Trai Giới, ta nên tham dự, vì đó là những cơ hội tốt cho ta tu tập, quán chiếu, học hỏi và trao đổi kinh nghiệm tu tập với các bạn hữu. BÁT QUAN TRAI GIỚI là một phương tiện lập ra để giúp người cư sĩ có cơ hội sống hai mươi bốn tiếng đồng hồ trong chùa theo chính niệm. Bát quan trai giới còn gọi là BÁT TRAI GIỚI hay BÁT GIỚI TRAI, có nghĩa là sự chấp trì (nhận giữ) tám quy luật: không giết hại, không trộm cắp, không tà dâm, không nói dối, không uống rượu, không dùng hương phấn dầu thơm, không nằm giường cao rộng êm ái, không ăn uống phi thời. Thêm vào đó, người hành giả ăn chay nữa, vì vậy tám giới cộng với trai thực gọi là BÁT TRAI GIỚI. Những giới này giúp cho ta đóng bớt những cánh cửa phiền não tội lỗi, cho nên gọi là QUAN. Chữ QUAN trong "Bát quan trai giới" có nghĩa là cánh cửa.

Muốn tham dự bát quan trai giới phải xin ghi tên ở chùa, và hỏi thăm những thông lệ và giờ giấc. Đến giờ đã định, ta có mặt tại chùa với những dụng cụ cần thiết: bàn chải đánh răng, khăn lau mặt, xà phòng, áo quần ngủ, một cái mền (chăn) và một vài cuốn kinh sách. Ta sẽ ngủ tại chùa, cùng với các bạn khác, có khi đông đến mấy chục người. Ta sẽ sống hai mươi bốn giờ tại chùa, tập sống trong chính niệm và quán chiếu, đồng thời có dịp gặp gỡ các bậc thầy và bạn để trao đổi những học hỏi và kinh nghiệm. Chúng ta sẽ được hướng dẫn ngồi thiền, tập thở, quét nhà, cắm hoa, đọc kinh theo tinh thần chính niệm. Ta có thể học hỏi được rất nhiều trong mỗi kỳ tu học theo bát trai giới, nếu ta biết xử dụng đúng hai mươi bốn tiếng đồng hồ dành cho thời gian này. Ảnh hưởng của hai mươi bốn giờ kia sẽ được lưu lại sâu đậm trong những ngày còn lại trong tháng do đó ta nên cố gắng để có thể có thì giờ tham dự bát quan trai giới.

Chú Bảy thường đi chùa tham dự bát quan trai mỗi tháng. Tháng rồi chú đã mời được ông Sáu cùng đi. Chú khéo léo lắm mới thuyết phục được ông Sáu vì ông Sáu cứ nghĩ mình bận rộn không thể bỏ việc nhà. Ông Sáu lần đầu tiên tham dự bát quan trai, thấy mình hơi bỡ ngỡ vụng về; nhưng nhờ có chú Bảy bên cạnh nên ông cũng không cảm thấy lạc lõng. Ông Sáu công nhận rằng sống hăm mươi bốn tiếng ở chùa trong tinh thần tự tĩnh, ông đã có dịp suy gẫm về đời sống của mình và của gia đình mình. Ông cảm thấy như được đi nghỉ mát ở một nơi thật xa, tách rời hoàn toàn đời sống bận rộn thường ngày. Ông cũng cảm thấy như mình dừng lại trong một cuộc hành trình lâu ngày. Đứng trên đồi ông nhìn lại quãng đường ông đã đi qua và ông giật mình thấy rằng lâu nay ít khi ông đã nhìn lại bản thân mình, đời sống mình. Ông ít thì giờ hơn chú Bảy, nhưng ông quyết định phải thỉnh thoảng đi tham dự một kỳ bát quan trai như thế.

III.

XÂY DỰNG GIA ĐÌNH

Hạnh Phúc Gia Đình

Gia đình là môi trường hoàn hảo nhất để xây dựng đời sống tình cảm của con người; vậy nên tạo cho gia đình một không khí đầm ấm hạnh phúc tức cũng là đào tạo nên những con người có trái tim biết yêu thương, biết trách nhiệm. Có biết bao nhiêu gia đình đã là những địa ngục trần gian khó thở và khó sống, ta quyết phải làm đủ mọi cách cho gia đình ta trở nên ấm cúng và đầy thương yêu.

Chúng ta phải biết rằng con người không tình cảm thì không phải là con người. Không biết yêu thương cha mẹ mình và anh chị em mình thì sẽ khó mà yêu thương được nhân loại. Vì vậy cho nên Phật tử phải áp dụng phương pháp đạo Phật trong sự xây dựng gia đình mình thành một cộng đồng êm ấm và hạnh phúc. Giáo lý duyên khởi, tứ diệu đế và bát chánh đạo cũng có thể áp dụng rất thích hợp vào đời sống gia đình. Những Phật tử nào sắp lập gia đình hay vừa mới lập gia đình chớ nên khinh suất trong công trình xây dựng này, nếu không muốn tình trạng trở nên khó khăn về sau.

Chú Bảy mới lập gia đình cách đây bốn năm và chú đã có một cháu gái hai tuổi tên là bé Phượng. Là một giáo viên tiểu học, lương tháng không lấy gì làm to, nhưng chú Bảy không nghĩ đến cách đổi nghề để làm ra tiền nhiều hơn. Trái lại, chú yêu nghề và quyết tổ chức đời sống gia đình mình theo những nguyên tắc đạo Phật, đem thì giờ và năng lực thực hiện hạnh phúc cá nhân và gia đình theo giáo lý Phật Giáo. Thím Bảy không phải là người sống trầm tĩnh nhiều nội tâm như chú, thím còn trẻ mới hai mươi bốn tuổi, rất đảm đương, hoạt bát, ưa chuộng hành động hơn tri thức. Chú Bảy không buộc thím Bảy làm giống như mình; trái lại, chú còn tôn trọng cách sống của thím và tìm cách bổ túc cho thím.

Niềm vui của thím không những chỉ là chăm sóc bé Phượng, chăm sóc cửa nhà vườn tược mà còn lo lắng cho các gia đình những trẻ em nghèo trong xóm. Chú Bảy khuyến khích thím và giúp thím trong công việc này dù rằng bài vở học trò của chú khá bề bộn. Chính vì thái độ ấy của chú mà thím Bảy vừa biết ơn vừa thương kính chú hơn. Thím biết tôn trọng những giờ tĩnh tâm của chú, biết giữ bé Phượng yên lặng hay đem bé Phượng đi chơi mỗi khi chồng cần sự yên tĩnh. Điều quý hóa nhất là thím biết lắng nghe chồng mỗi khi chú Bảy bàn luận về cách tổ chức đời sống gia đình theo phương pháp đạo Phật và cộng tác với chồng trong sự áp dụng những nguyên lý Phật Giáo.

Có một hôm hai vợ chồng bất đồng ý nhau về một chuyện nhỏ liên hệ tới giáo dục học đường. Thím Bảy làm chồng giận vì nói năng vô ý. Chú Bảy biết mình giận nên ra đi bách bộ ngoài bờ sông tới hai giờ đồng hồ. Trong hai giờ đồng hồ ấy, chú tĩnh tâm và thấy được rằng lỗi của thím Bảy rất nhỏ, so với đức hạnh và con người đẹp cả tinh thần lẫn thể chất của thím. Và chú thấy chú cần đem thương yêu để sửa chữa lại cái lỗi bé nhỏ của thím hơn là giận dỗi trẻ con. Thế là chú về nhà với tâm trạng bình tĩnh, an lạc và nụ cười trên môi. Hai vợ chồng thương mến nhau nhưng kính trọng nhau, nhờ vậy mà hạnh phúc lứa đôi rất bền vững. Chú Bảy không bắt vợ phải nghĩ và làm giống hệt như mình; chú không quan niệm như ở thời phong kiến rằng vợ là vật sở hữu của chồng, chồng muốn gì là phải làm theo. Chú biết trên căn bản nam nữ bình đẳng và với phương pháp kính trọng nhau, hai vợ chồng có thể xây đắp và duy trì hạnh phúc theo lời Phật dạy.

Gia đình gần gũi nhất với gia đình chú Bảy là gia đình ông Sáu, anh họ của chú. Chú thường hay đến chơi và rất thân mật với các con của ông Sáu. Chú cũng muốn giúp gia đình này một cách gián tiếp trong việc áp dụng giáo lý đạo Phật vào đời sống. Ông Sáu bà Sáu đều theo đạo Phật, các con đều biết đi chùa lễ Phật, nhưng họ ít hiểu đạo Phật và không thấy đạo Phật liên hệ nhiều tới đời sống kinh tế, tình cảm và giáo dục của gia đình.

Chú Bảy biết là sự xây dựng bản thân vốn thiết yếu căn bản cho sự xây dựng gia đình, nên đã suy nghĩ kỹ về vấn đề xây dựng bản thân, và thiết lập những phương tiện thực hiện.

Hai Thế Hệ Sống Chung

Hai thế hệ sống chung dưới mái nhà phải tìm hiểu tâm lý quan niệm và sở thích của nhau để tạo nên sự hòa hợp, điều kiện căn bản của hạnh phúc. Trong nhiều gia đình hiện nay, đã có một sự ngăn cách gây nên bởi sự thiếu hiểu biết giữa cha mẹ và con cái. Hai thế hệ có những nền giáo dục khác nhau sinh ra dưới những điều kiện kinh tế xã hội và văn hóa khác nhau thì cố nhiên là có những tâm trạng, quan niệm và sở thích khác nhau. Bậc làm cha mẹ phải tự nhủ rằng thế hệ trẻ bây giờ không thể nào suy nghĩ và ưa thích như kiểu xưa được, phải cố gắng tìm hiểu hoàn cảnh, tâm lý và sở thích của con cái để dùng kinh nghiệm mình mà hướng dẫn họ. Mình phải cởi mở, nhiều khi phải tùy thuận theo trẻ mà tân hóa một chút để có thể tạo nên sự cảm thông. Ông Sáu bà Sáu thường than phiền rằng lớp trẻ bây giờ bất trị, không dạy được, và không chịu tùng phục cha mẹ như thuở xưa.

Thật ra thì hai ông bà không biết rằng bốn đứa con của họ đều có thể là những đứa con khá. Xuân Thảo, cô con gái đầu lòng năm nay hai mươi mốt mới vừa vào trường sư phạm đầu niên khóa ở Cần Thơ, mỗi tháng hai lần cô về thăm nhà vào những ngày cuối tuần. Cậu Nguyện mười chín, năm rồi thi tú tài hỏng. Hà, con gái năm nay mười bốn và Lộc, con trai mười hai đang học trường công lập tỉnh. Cả bốn cô cậu đều sẵn sàng nghe theo ý của cha mẹ, nếu ông bà Sáu biết dùng tình cảm để hướng dẫn con. Nhưng ông bà Sáu lại cứ nghĩ theo kiểu xưa, cho rằng cha mẹ có uy quyền tuyệt đối với con cho nên thay vì lấy thương yêu mà dạy dỗ ông bà lại làm cho con sợ, có khi dùng đến roi vọt. Nguyện có nhiều khi phản đối bằng cách không ăn cơm và đi vắng suốt một hai ngày. Ông bà Sáu không hiểu được cậu con trai mười chín này, cho rằng cậu ta gan lì, cãi lại cha mẹ, không chịu học hành đến nỗi thi rớt. Hồi Nguyện thi tú tài rớt, ông Sáu đã đè Nguyện xuống đánh sáu mươi roi, bầm da nát thịt; Nguyện bỏ đi suốt một tuần mới về. Mà hễ Nguyện ló đầu về nhà là lập tức ông chửi mắng.

Chú Bảy có nói chuyện riêng rất nhiều với đứa cháu mà ông Sáu cho là một đứa con ngỗ nghịch này. Chú Bảy thấy trong thái độ chán nản lì lợm của Nguyện những nguyên do sâu xa. Ông thấy toán của Nguyện không hiểu vì duyên cớ nào hễ thấy mặt Nguyện là ghét. Suốt năm như vậy. Suốt năm, Nguyện không học toán được, cuối năm Nguyện hỏng toán. Cái xe đạp của Nguyện bị mất cắp hồi đầu niên học, và vì vậy Nguyện cũng đã bị một trận đòn. Nguyện lại cũng bị ông Sáu phạt nhịn cơm vì đánh lộn ngoài đường với một anh chàng trạc tuổi Nguyện, mà không cần tìm biết lý do. Nguyện cho rằng cả ba lẫn má đều ghét mình, nên không bao giờ nói chuyện mình với ba má.

Chú Bảy khuyên ông bà Sáu nên trầm tĩnh để tìm hiểu Nguyện. Chú nói: "Thời bây giờ ta không thể xem con cái như vật sở hữu của ta nữa. Ta không nên nghĩ là ta có quyền bắt chúng phục tùng theo tất cả mọi ý muốn và sở thích của ta. Giáo dục học đường đã thôi dùng roi vọt và quyền uy của vị thầy giáo rồi. Giáo dục học đường đã được cách mạng; thầy giáo chỉ là người hướng dẫn, làm hiển lộ và phát triển khả năng của học trò mà thôi, chứ không còn là người có thể bắt buộc học trò phải nghĩ như mình nghĩ và làm như mình làm. Bậc cha mẹ có ảnh hưởng lớn lao tới con cái, và ảnh hưởng này được thực hiện bằng tình thương yêu chứ không phải bằng uy quyền.

Luân lý mỗi thời đại mỗi đổi khác, tùy theo quan niệm nhân sinh của con người. Luân lý của đạo Phật không phải là một mớ giáo điều chắc nịch mà là những nguyên tắc linh động phù hợp với sự sống và sự sáng tạo. Đạo Phật chống lại thái độ cố chấp và giáo điều. Nguyên tắc đầu tiên của luân lý đạo Phật là thái độ cởi mở: Phải bỏ hết mọi thành kiến, phải có óc cởi mở để hiểu được kẻ khác, phải biết đứng vào hoàn cảnh kẻ khác để mà hiểu kẻ khác; đừng đứng trong cái vỏ cứng chật hẹp của thói quen để buộc tội và trách móc họ. Bậc làm cha mẹ phải tự nhủ: Có lẽ mình đã "xưa" quá rồi, mình phải thích ứng thêm với thời đại mới một ít mới được. Tìm hiểu tâm lý trẻ bằng cách nhận xét hoàn cảnh xã hội và học đường của chúng để có thể thông cảm với chúng nhiều hơn. Mục đích của luân lý đạo Phật là để gây nên hiểu biết cảm thông và hạnh phúc, chớ không phải là để gò bó con người trong sự chịu đựng khổ cực và đầy dẫy phiền muộn căng thẳng. Nếu đạo đức mà chỉ gây nên phiền não, căng thẳng và khổ đau thì đó không phải là đạo đức mà là sự cố chấp. Đừng vì sự cố chấp vào những thành kiến và những thói quen mà làm tan vỡ hạnh phúc gia đình.

Xuân Thảo, con gái lớn của ông bà Sáu, cho rằng ba má cô quá khắt khe và cổ hủ. Cô rất buồn, không thể đem chuyện tâm tình mà bàn với ba má, ít nhất là với má. Cách đây mới hơn một năm, bạn trai của cô gởi thư cho cô, bị ông bà Sáu bắt được. Ông bà làm như con gái mình đã hư hỏng, phá hoại danh giá gia đình. Ông bà mắng nhiếc cô con gái đủ điều. Thời xưa, thời trai trẻ của hai ông bà, sự giao thiệp nam nữ bị cấm chỉ, nhưng thời nay khác. Các cô các cậu bây giờ học chung một trường, trao đổi ý kiến, làm việc xã hội chung, tìm hiểu nhau, biết giá trị thật của nhau, hay yêu mến nhau, viết thư thăm nhau, đó là chuyện thường. Theo tiêu chuẩn sinh hoạt xã hội hiện thời, nhận thư của bạn trai không có gì là trái chống luân lý đạo đức hết. Thái độ chật hẹp, không biết thích ứng với thời đại cũng như sự thiếu hiểu biết chỉ khiến cho sự đầm ấm gia đình chắp cánh bay mất mà thôi.

Với lại, con trai con gái bây giờ phải cho họ gặp gỡ nhau, tìm hiểu nhau, để sau này sự chọn lựa hôn phối của họ được cân nhắc kỹ càng. Sự giao thiệp nên để tự do, miễn là trong mức độ lễ giáo. Cha mẹ nên nói chuyện thẳng thắn và góp ý nhận xét với con cái về sự chọn lựa của chúng.

Trong một gia đình tân tiến, sự có mặt của người cha hay người mẹ không lấn át sự có mặt của những người con, cha mẹ không xử dụng uy quyền mình để làm cho con cái sợ hãi, lấm la lấm lét. Phải để cho chúng có mặt với nhân cách tự nhiên của chúng, miễn là chúng biết tôn trọng kỷ luật và quyền tự do của kẻ khác trong gia đình.

Con cái cũng nên biết rằng cha mẹ thuộc vào thế hệ xưa hơn mình, rằng các vị đã chịu nhiều khổ đau khó khăn và va chạm trong thời niên thiếu và trong công cuộc mưu sinh nên dễ trở nên khó tính và cáu kỉnh. Con cái nên cư xử thế nào để mình trở thành niềm vui và sự tự hào của cha mẹ. Trước hết phải hiểu mọi nỗi khó khăn của cha mẹ, phải hiểu những điều kiện và hoàn cảnh xã hội của cha mẹ, phải ráng làm cho cha mẹ hiểu hoàn cảnh của mình và sở thích của mình. Đừng giận dỗi hờn lẫy và trách móc khi các vị chưa hiểu mình. Phải làm đủ mọi cách để cha mẹ có thể tham dự vào những lo lắng buồn vui của mình, mà phương pháp hay nhất là phải tham dự vào những lo lắng buồn vui của cha mẹ.

Hai chị em Xuân Thảo và Nguyện, trong thâm tâm, cũng biết rằng hai ông bà xưa và hủ quá, không thể nào hiểu được mình; có tìm cách giải thích cũng vô ích. Họ có biết đâu họ cũng có trách nhiệm nặng nể về tình trạng thiếu cởi mở của gia đình. Họ nông nổi, chỉ biết hờn biết giận mà không nghĩ sâu đến công ơn dưỡng dục và ước vọng của ba má muốn cho mình nên người. Ba má không hiểu mình thật, nhưng mình phải có bổn phận làm cho ba má hiểu. Mà muốn làm cho ba má hiểu, trước hết mình phải hiểu được ba má. Họ sinh ra trong những điều kiện kinh tế, giáo dục và xã hội khác ta, họ không thể có tâm trạng ta, cái nhìn của ta. Ta phải lưu tâm ân cần chia xẻ những mối lo buồn của ba má, rồi dần dần làm cho ba má hiểu ta. Chú Bảy đã nói với hai chị em như thế.

Sự Chia Xẻ Và Tham Dự Của Con Cái

Con cái phải chia xẻ những lo âu nặng nhọc của cha mẹ và dự phần vào những quyết định của cha mẹ. Nếu cha mẹ ít đem những lo âu khó khăn của mình mà bàn với con cái, là vì họ nghĩ rằng con cái mình đang trẻ dại quá, chưa biết gì để chia xẻ những lo âu khó khăn ấy với mình. Cũng là vì con cái thờ ơ, chỉ lo chuyện mình, chỉ biết đòi hỏi trách cứ mà không biết chia xẻ. Một đứa bé năm bảy tuổi thấy mẹ buồn đã có thể hỏi mẹ tại sao mẹ buồn, và dù bà mẹ không thể nói cho con nghe những lo lắng buồn phiền của mình chỉ vì đứa con còn nhỏ quá chưa hiểu được, cũng cảm thấy được an ủi phần nào.

Bậc làm cha mẹ nào cũng có những lo âu khó khăn. Con cái phải ân cần thăm hỏi, trước hết là để hiểu những lo âu khó khăn đó sau là tìm cách chia xẻ bằng sự lưu tâm của mình và bằng những cố gắng trong khả năng mình để giúp đỡ cha mẹ. Sự hiểu biết chia xẻ những lo âu khó khăn kia, thực ra, cũng đã là một nguồn an ủi lớn lao cho cha mẹ rồi. Hiểu được cha mẹ, mình sẽ không còn vô tâm làm những điều gây thêm buồn phiền bực dọc cho quý vị, mình sẽ không đòi hỏi những điều quá đáng chỉ làm cho cha mẹ thấy là mình vô trách nhiệm đối với gia đình.

Con cái nên được tham dự vào các quyết định của cha mẹ và tìm cách để được tham dự vào các quyết định này. Các bậc cha mẹ nếu cho con cái dự phần vào các quyết định của gia đình, có thể là trong hình thức hỏi ý kiến của con, thì thể tập cho con ý thức trách nhiệm về những vui buồn thành bại của gia đình. Loại con cái ra khỏi những cuộc bàn luận về các vấn để gia đình cố nhiên sẽ đưa chúng đến thái độ phó mặc vô trách nhiệm. Bác Tư có một đứa con trai muốn vào đại học trong khi bác thấy không đủ sức cho con đi Sàigon. Nhưng bác không gạt ngang nói "không có tiền, mày sẽ không vào đại học". Trái lại, hai bác nói chuyện thân mật với Hùng về tình trạng tài chánh gia đình, cho Hùng biết mọi chi tiết về tình trạng này và hỏi con xem nó nghĩ như thế nào, và có biện pháp gì không. Có thể là Hùng sẽ quyết định thôi học; có lẽ Hùng sẽ để nghị kiếm thêm tiền bằng cách dạy kèm trẻ em mỗi ngày vài giờ để phụ vào ngân sách gia đình khiến cho sự học của Hùng có thể tiếp tục ở cấp đại học.

Con Cái Và Ngân Sách Gia Đình

Con cái từ mười bốn tuổi trở đi nên được dự phần vào việc bàn cãi ngân sách gia đình. Không những điều này làm khiến cho con cái trở thành có trách nhiệm trực tiếp về sự sống gia đình mà còn khiến cho chúng sớm biết lo lắng xây dựng cuộc đời của chúng. Gia đình phải thực sự là một cộng đồng ruột thịt, tiền bạc do một người trong gia đình làm ra phải thuộc về toàn thế gia đình. Người cha chẳng hạn, làm ra tiền bạc, người mẹ chăm sóc cửa nhà, nuôi nấng con cái. Các con có bổn phận phải học hành tu dưỡng để nên người, đồng thời giúp đỡ cha mẹ được gì thì giúp. Ngân sách gia đình là ngân sách chung, người cha không nên cho rằng tiền mình làm ra thì mình tự ý tiêu xài, đưa cho vợ con chừng nào thì tùy ý thích của mình.

Trừ ra khi con cái còn bé nhỏ quá chưa biết gì thì không kể; còn lúc con cái đã đến tuổi biết suy nghĩ và chia xẻ trách nhiệm thì các bậc cha mẹ nên cho chúng biết rõ tình trạng ngân sách gia đình. Một khi con cái đã được quyền biết đến và góp ý bàn cãi về ngân sách gia đình thì tự khắc chúng biết từ bỏ những đòi hỏi không hợp lý. Trái lại, chúng biết lo lắng và thương yêu tin cậy cha mẹ hơn. Chia xẻ trách nhiệm lo lắng về ngân sách gia đình, biết chung để lo chung và quyết định chung về vấn đề ngân sách là thực hiện tinh thần "lợi hòa đồng quân" trong đạo Phật.

Sự Giàu Có Không Phải Là Hạnh Phúc

Mọi người trong gia đình không nên nghĩ rằng hạnh phúc gia đình là kết quả của sự đạt tới đầy đủ mọi tiện nghi vật chất. Có nhiều bậc cha mẹ vì nghĩ rằng tiện nghi vật chất là hạnh phúc gia đình, nên đã dành hầu hết thì giờ của cuộc sống vào các cuộc kinh doanh, bỏ phế sự sinh hoạt gia đình và xao lãng bổn phận đối với con cái. Thực ra những tiện nghi vật chất căn bản cần thiết cho hạnh phúc gia đình thật, nhưng chúng ta không thể nói rằng đến mức nào những tiện nghi ấy được gọi là đầy đủ. Nếu vì những tiện nghi này mà sinh hoạt gia đình bị bỏ rơi, không khí thân mật ấm cúng không còn mọi người có cảm tưởng là sống trong một quán trọ, thì đó đã là một sự thất bại lớn.

Ta phải sắp đặt thế nào để gia đình thật sự trở nên một tổ ấm, một nơi ai cũng muốn trở về những lúc mệt mỏi. Giờ cơm chiều và giờ xum họp buổi tối sau bữa cơm chiều, dưới ánh đèn… những giờ giấc sinh hoạt gia đình như thế không thể không có. Có nhiều gia đình giàu có nhưng không có hạnh phúc. Có nhiều gia đình như gia đình ông giáo Năng chẳng hạn, tuy chỉ đủ ăn đủ mặc, nhưng đầy đầm ấm thương yêu. Mọi người trong gia đình từ cha mẹ đến con cái đều để tâm xây dựng hạnh phúc gia đình, bằng sự hiểu nhau, tin nhau và yêu mến nhau. Hạnh phúc gia đình họ lại cũng do sự đồng tâm nhất chí. Không những chỉ là sự đồng tâm nhất chí để đạt tới một nền tảng kinh tế tạm vững chãi cho gia đình, mà còn là sự đồng tâm nhất chí để thực hiện lý tưởng xây dựng con người và xã hội nữa.

Minh và em gái là Trâm là những thiếu niên có lòng có chí. Ông giáo dạy con thế nào mà cả hai đều rất tự hào về cha mẹ mình. Không bao giờ phân bì là nhà mình nghèo hơn nhà các bạn. Minh và Trâm cộng tác đắc lực với ba trong những công việc vận động giáo dục mới mà ông giáo Năng đề xướng trong tỉnh, như tổ chức diễn thuyết về phương tiện giải trí lành mạnh, tổ chức văn nghệ thiếu nhi, phát động phong trào chống đối sách báo văn nghệ đồi trụy… Người ta thấy ba cha con ông giáo Năng thân ái với nhau như những người bạn, những người đồng chí. Một bữa trưa chủ nhật trong khi ba cha con cùng với một số học sinh làm việc cực nhọc nhưng hăng hái ngoài sân vận động để dựng sân khấu chiếu phim giáo dục bài trừ bệnh sốt rét, người ta thấy bà giáo Năng đem nước đá chanh muối cho mọi người uống. Bà tươi cười ở lại phụ giúp công việc một cách hăng hái chừng một tiếng đồng hồ trước khi xách giỏ về làm công việc nhà. Cả gia đình thuận thảo sống trong hòa khí ấm áp vì hiểu nhau, thương nhau và có chung chí hướng.

Nếu mục đích của cha mẹ chỉ là để nuôi con ăn học để sau này con mình có thể có địa vị trong xã hội và nếu mục đích của các con cũng chỉ có từng ấy, thì chí hướng theo đuổi của gia đình có vẻ quá nghèo nàn và hẹp hòi. Lý tưởng của đạo Phật dạy ta phải xây dựng những con người xứng đáng, biết lo lắng cho những người thân yêu nhưng cũng biết lo lắng cho kẻ khác, cho quốc gia xã hội. Xã hội đầy dẫy những đau khổ, bất công, nghèo đói… chí hướng của người Phật tử không phải để giành giật một địa vị trong xã hội đó mà là để đạt tới khả năng thay đổi xã hội đó.

Những câu chuyện trong gia đình ông giáo Năng không bị giới hạn trong các vấn đề thuộc phạm vi đời sống gia đình như vật giá, thực phẩm, bạn bè, học hành… họ để cập tới các vấn đề của thôn xóm, quốc gia, xã hội. Mọi người trong gia đình biết lưu tâm đến những khổ đau của đồng loại mình, những tệ đoan về văn hóa, kinh tế và xã hội trong thôn xóm, quốc gia, xã hội… và biết un luyện cho mình lý tưởng đại thừa của Phật giáo để nghĩ tới người. Sự đàm luận và chia xẻ giữa cha mẹ và con cái về các vấn đề xã hội, kinh tế và chính trị trong ánh sáng của giáo lý đạo Phật có thể tạo nên cho mọi người trong gia đình những quan niệm và kiến giải khiến cho tình gia đình gắn bó thiết tha với lý tưởng Phật Giáo. Sự chia xẻ về quan niệm và kiến giải trong tình thân ái này, Phật Giáo gọi là "kiến đồng hòa giải".

Học Để Làm Người

Mọi người trong gia đình phải học. Sự học hành của con cái

không nên chỉ hướng tới bằng cấp để kiếm việc làm. Sự học hành phải nhắm tới sự xây dựng nhân cách con người và khả năng phụng sự con người. Người ta không chỉ học năm bảy năm ở học đường, mà phải học suốt đời. Trí tuệ cũng cần những thức ăn bổ dưỡng như thân thể. Trong gia đình mọi người phải đọc sách đọc báo để mở rộng kiến thức. Phải chọn những tờ báo có thể cung cấp những món ăn tinh thần lành mạnh. Chỉ trừ những người có đời sống tâm linh phong phú, đa số trong chúng ta nếu không đọc sách báo trong vòng nữa năm đã có thể trở nên nghèo nàn và thô hậu. Ít nhất là mọi người trong gia đình phải đọc sách để có kiến thức phổ thông về lịch sử, khoa học, xã hội, chính trị và văn hóa.

Gia đình ông giáo Năng luôn luôn để ý đến các buổi diễn thuyết và các buổi thảo luận công cộng về các vấn đề trên. Ông giáo thường nói với hai con của ông rằng những kiến thức ta thu nhập được dù là ở trường hay ở nhà đều phải nhắm tới mục đích cao hơn bằng cấp: Đó là học làm người và học phụng sự con người. Phải làm sao để đừng tốn thì giờ và việc học tập những điều không bổ ích cho sự sống. Kiến thức về kinh tế, lịch sử và xã hội, cũng như kiến thức về đạo Phật, cần phải thực tế, có thể áp dụng được trong cuộc đời, cuộc đời bản thân, cuộc đời gia đình và cuộc đời xã hội.

Cha mẹ đừng nên nghĩ rằng mục đích duy nhất cho con đi học là để cho con có kế sinh nhai về sau. Chúng ta phải nghĩ cao hơn thế, và đòi hỏi rằng giáo dục phải đào tạo được nhân cách con người và un đúc lý tưởng phụng sự đồng loại.

Chia Xẻ Quan Niệm

Phải tạo ra những cơ hội đầm ấm để mọi người trong gia đình có thể chia xẻ với nhau về quan niệm, về hạnh phúc, về lý tưởng, cũng như để chia xẻ những lo âu, những hy vọng của nhà. Những cơ hội này chính là những biểu hiện cụ thể nhất của hạnh phúc gia đình và bất cứ ai trong gia đình nếu tha thiết cũng có thể tạo ra được. Thường thì mọi người trong gia đình ai cũng có những quan niệm riêng, những lo âu riêng và chỉ khi nào không thể chia xẻ với người trong gia đình thì mới đem chia xẻ với những bạn bè bên ngoài. Thiếu những cơ hội đầm ấm trong gia đình thì khó mà chia xẻ được những quan niệm, những lo âu đó. Chính Xuân Thảo và Nguyện càng ngày càng cảm thấy xa cách ông bà Sáu cũng vì nguyên nhân kia. Cả hai chị em đều không tìm thấy sự đầm ấm trong gia đình và thường đi tìm niềm vui với bạn bè bên ngoài. Gia đình không thực sự là một tổ ấm chỉ bởi vì mọi người trong gia đình không biết thiết lập được sự thông cảm hòa hợp để sống cùng dưới một mái nhà. Theo đạo Phật, họ chưa thực hiện được nguyên tắc "thân hòa đồng trú".

Nếu ta muốn tạo ra không khí thông cảm và thương yêu, ta phải bỏ qua những bực bội phiền muộn lặt vặt, phải lưu tâm đến những khó khăn và âu lo của những người trong gia đình. Sau buổi cơm chiều, trong khi uống trà, ta ân cần thăm hỏi việc làm ăn, việc học hành hoặc bất cứ vấn đề nào mà những người thân của ta đang bận tâm nhất. Nếu ta chịu khó lắng nghe và góp ý xây dựng một cách thân mật thì tự nhiên người thân của ta sẽ có cơ hội than thở biểu lộ và chia xẻ tâm sự với ta, như thế không khí tin cẩn đầm ấm sẽ tự nhiên phát hiện. Cần nhất là đừng có ý chế nhạo và đừng độc tài bắt ép nghe theo ý kiến của mình.

Một khi mình ân cần lắng nghe và tỏ sự quan tâm thì người kia tất nhiên cũng sẽ lắng nghe và chia xẻ với mình. Phải biết tôn trọng ý kiến của kẻ khác, dù đó là ý kiến còn vụng dại non nớt của trẻ em. Đừng khinh nhạo chê bai những ý kiến đó. Đừng nói những ý kiến đó là ngu dại. Cần phải ôn tồn giải thích và chia xẻ kiến thức cho nhau. Sự độc tài về ý kiến giết chết những cơ hội trao đổi thân mật. Nên khuyến khích những người ít nói phát biểu ý kiến và đừng vội vàng phê bình chê bai những ý kiến nào không phù hợp với kiến giải của ta. Sự bất đồng ý kiến tự nó không phải là một chuyện xấu. Nếu trên đời ai cũng có cùng một loại tư tưởng, một loại quan niệm thì cuộc đời sẽ quá nghèo nàn.

Một chế độ mà trong đó người ta phải nghĩ như nhau, nói như nhau, làm như nhau là một chế độ độc tài. Người ta có thể yêu mến nhau và sống hòa thuận với nhau dù có những ý kiến khác nhau. Điều kiện căn bản là phải có thái độ cởi mở, biết nghe, biết hiểu để dung hòa ý kiến với nhau. Nhiều khi hai người cùng một ý kiến nhưng vì thành kiến và kiêu căng mà họ cãi nhau, giận nhau làm như là ý kiến của hai người khác nhau một trời một vực.

Thực hiện được sự dung hòa ý kiến để tạo nên không khí êm đềm thương yêu trong gia đình, đó là hành động theo tinh thần "ý hòa đồng duyệt" của đạo Phật. Thái độ nhã nhặn thông cảm thường đưa đến lời nói ôn tồn, có thể tránh mọi cuộc cãi cọ giận dỗi. Điều này trong đạo Phật gọi là "khẩu hòa vô tránh".

Chú Bảy trong những ngày gần đây thường nói chuyện với ông Sáu và bà Sáu về vấn đề Nguyện và Xuân Thảo. Ông Sáu là thầu khoán giỏi, nhưng tâm lý con thì ông không giỏi. Nguyện không tha thiết gì đến đạo Phật dù rằng trong khi học sử, Nguyện biết đạo Phật đời Lý Trần đã có đóng góp nhiều cho sự xây dựng văn hóa và xã hội của quốc gia Việt Nam. Nguyện thấy ba má đi chùa, ăn chay mỗi tháng hai lần, nhưng không thấy những điều này có lợi ích gì cho ba má hết; không phải vì ba má theo đạo Phật mà gia đình được êm ái, hạnh phúc thêm lên. Chú Bảy thấy Nguyện có lý một phần nào, bởi vì theo chú ông bà Sáu chưa thực sự đem áp dụng đạo Phật vào cuộc sống, mà chỉ là Phật tử truyền thống. Kỳ rồi trong lúc tu bát quan trai tại chùa, chú Bảy đã nói chuyện với ông Sáu về việc ấy, và ông Sáu hứa sẽ từ từ tìm hiểu Nguyện với một thái độ cởi mở và yêu thương hơn. Được một điều là ông Sáu rất biết nghe lời chú Bảy. Để xem ông Sáu có thành công không.

Sám Hối Và Tụng Giới

Mỗi tháng ít nhất một lần gia đình phải tổ chức lễ sám hối và đọc lại giới luật trong gia đình. Sám hối không phải là xin tội với Phật mà để quán chiếu tự tâm và phát nguyện cố gắng không lập lại những hành động, những lời nói đáng tiếc. Lễ sám hối trong gia đình có thể mở đầu cho những giờ sinh hoạt gia đình thanh tịnh và đạo vị. Chúng ta có thể tổ chức lễ này theo cách thức gia đình ông giáo Năng. Ông giáo Năng chỉ tổ chức lễ này mỗi tháng một lần, không vào ngày rằm hay ngày mồng một mà vào chiều thứ bảy đầu tháng. Tối ấy cả gia đình ăn chay. Nhưng ông giáo, Minh và Trâm sáng mắt ra khi nói tới ăn chay, chỉ vì bà giáo nấu chay rất ngon và công phu hơn cả những buổi cơm mặn thường ngày. Những bữa cơm chay của bà nấu vừa ngon lành vừa bổ dưỡng, có đủ nấm, rau đậu, đậu hủ và được thay đổi luôn luôn. Gia đình ông Sáu cũng có ăn chay, nhưng bốn đứa con của ông bà Sáu và cả ông Sáu nữa, không ai hăng hái với chuyện ăn chay hết bởi vì bà Sáu chỉ luộc rau, làm muối đậu phụng ăn tạm. Ăn chay mà như vậy chỉ làm cho trẻ em khiếp vía.

Bàn Phật của họ đẹp lắm, tuy không lòe loẹt xanh đỏ đủ màu, tuy không có đèn nê-ông. Hình Phật Thích Ca ngồi đơn giản bên hồ nước, khuôn mặt trầm lặng và an lạc. Hai chân đèn đồng lúc nào cũng sáng và một lư trầm, một bình hoa lúc nào cũng có cắm hoa hoặc một cành cây xanh. Trâm rất ưa cắm hoa; cô gái mười sáu tuổi này rất có khiếu cắm hoa. Cô không cần nhiều hoa. Thường thường cô chỉ cắm một hoặc hai bông hoa và mấy cái lá nhưng bình hoa vẫn đẹp và trang nhã. Trâm thay nước bình hoa mỗi ngày. Sáng chủ nhật, cô ra vườn tìm hoa mới, và nếu không có hoa thì cô cắt một nhánh cây thay hoa.

Chiều thứ bảy tụng giới già cửa được quét dọn sạch sẽ, trên bàn Phật có dâng nước lọc và trái cây. Sau khi nhà cửa và bàn Phật đã được dọn dẹp trang hoàng, mọi người đi tắm, thay áo mới cho khoan khoái nhẹ nhàng. Ông giáo Năng làm chủ lễ. Nghi thức là nghi thức sám hối đơn giản, có bài dâng hương, có xướng hiệu các vị Phật và bồ tát để lạy bài kinh sám hối và bài phát nguyện tu trì. Buổi lễ rất trang nghiêm, một phần nhờ âm thanh của cái chuông rất tốt để cạnh bàn Phật. Bắt đầu buổi lễ, Trâm đốt một cây nhang cắm rất ngay thẳng trên lư hương, thắp đèn cầy và tắt điện. Trong ánh sáng êm dịu và trong không khí trang nghiêm thơm ngát hương trầm ấy, cả gia đình tề tựu trước bàn Phật và ngồi xuống chiếu chừng mười phút để tĩnh tâm.

Sau mười phút ấy, ông giáo đứng dậy thỉnh chuông; cả gia đình đều đứng dậy và lạy Phật ba lạy. Sau đó, nghi thức bắt đầu. Khi nghi thức đã chấm dứt, họ xá Phật và trở ra đọc giáo luật. Gia đình ngồi lại quanh bàn, chiếc bàn có trải khăn trắng và có đặt bình hoa. Thường thường ông giáo ngồi đối diện Trâm còn bà giáo ngồi đối diện Minh. Giáo luật có khi do ông giáo tuyên đọc, có khi để cho bà giáo, Minh hay Trâm đọc. Minh và Trâm được ông giáo chỉ dạy đọc giáo luật rất chậm rãi và nghiêm trang. Thời gian tuyên đọc giáo luật kéo dài chừng mười phút. Giáo luật ở đây là THẬP THIỆN NGHIỆP ĐẠO tức là con đường sự nghiệp của mười điều thiện, những nguyên tắc hướng dẫn cuộc sống gia đình và xã hội của đạo Phật. Nghi thức sám hối thì ta có thể tìm trong cuốn Nghi Thức Tụng Niệm. Còn nguyên văn giáo luật THẬP THIỆN NGHIỆP ĐẠO mà gia đình ông Năng dùng thì như sau:

Ba tiếng chuông thong thả

Mọi người tụng "Nam Mô Bổn Sư Thích Ca Mâu Ni Phật" (3 lần)

Một tiếng chuông

Người tuyên đọc giáo luật (có khi là ông Năng, có khi là bà Năng, Minh hay Trâm):

"Lạy Phật, giáo lý Thập Thiện Nghiệp Đạo cao siêu và mầu nhiệm, chúng con may mắn lắm mới được biết đến và phụng hành. Xin đem hết tâm tư lắng nghe để hiểu sâu xa lời dạy của Đức Như Lai"

"Hôm nay tôi được ủy đọc giáo luật thập thiện cho cả gia đình. Xin được tất cả mọi người hộ niệm cho. Xin quý vị lắng lòng nghe:

Giáo luật thập thiện là bó đuốc soi đường, là con thuyền đưa lối, là bậc thầy hướng dẫn chúng ta. Xin quý vị lắng nghe từng giáo luật một với tâm hồn thanh tịnh, xem giáo luật là tấm gương trong sáng để soi chiếu nội tâm mình".

Một tiếng chuông.

"Đây là nội dung giáo luật Thập Thiện Nghiệp Đạo".

Thứ nhất: Phật tử không giết hại nhân mạng, không được tán thành sự chém giết. Phải tìm mọi cách có thể để bảo vệ sinh mạng, ngăn ngừa chiến tranh, xây đắp hòa bình. Đó là giáo luật thứ nhất. Quý vị trong tháng qua có học tập và giữ gìn giáo luật này hay không?

(Im lặng vài giây, chuông)

Thứ hai: Phật tử không lấy làm tư hữu của mình những tiền bạc và của cải bất hợp pháp. Phật tử tôn trọng quyền tư hữu của kẻ khác nhưng phải biết ngăn cản những kẻ làm giàu một cách bất lương và trên sự đau khổ của quần chúng. Đó là giáo luật thứ hai. Quý vị trong tháng qua có học tập và giữ gìn giáo luật này hay không?

(Im lặng vài giây, chuông)

Thứ ba: Phật tử không được tà dâm, phá hoại danh giá và hạnh phúc gia đình người khác. Phải biết bảo vệ danh dự cho bản thân và cho kẻ khác. Đó là giáo luật thứ ba. Quý vị trong tháng qua có học tập và giữ gìn giáo luật hay không?

(Im lặng vài giây, chuông)

Thứ tư: Phật tử không được nói dối để mưu cầu tài lợi và sự kính phục. Phải can đảm nói lên sự thực để cứu người vô tội và để làm hiển lộ những gian dối bất công và tàn ác. Không được phê bình lên án những điều mình không biết chắc. Đó là giáo luật thứ tư. Quý vị trong tháng qua có học tập và giữ gìn giáo luật này hay không?

(Im lặng vài giây, chuông)

Thứ năm: Phật tử không được lưỡng thiệt, nói lời ly gián, tạo nên sự bất hòa giữa những người khác, gây chia rẽ và đổ vỡ trong đoàn thể. Phải nói lời xây dựng, hòa giải; phải làm mọi cách để gây đoàn kết, hòa giải những vụ bất hòa, dù lớn hay nhỏ. Đó là giáo luật thứ năm. Quý vị trong tháng qua có học tập và giữ gìn giáo luật này hay không?

(Im lặng vài giây, chuông)

Thứ sáu: Phật tử không ác khẩu, to tiếng cãi vã, nói những lời chửi mắng nguyền rủa, tạo nên sân hận oán thù. Phải nói lời ôn hòa, dịu dàng để đạo đạt quan điểm và ý kiến của mình. Lời nói phải nhắm tạo nên thông cảm và sự cộng tác. Đó là giáo luật thứ sáu. Quý vị trong tháng qua có học tập và giữ gìn giáo luật này hay không?

(Im lặng vài giây, chuông)

Thứ bảy: Phật tử không được ỷ ngữ, nói lời văn hoa dối mỵ, những lời tục tằn, thêu dệt, loan truyền những tin mà mình không biết chắc có thiệt. Phải nói lời đứng đắn và chân thực, có thể gây sự tín nhiệm và kính nể nhau. Đó là giáo luật thứ bảy. Quý vị trong tháng qua có học tập và giữ gìn giáo luật này hay không?

(Im lặng vài giây, chuông)

Thứ tám: Phật tử không để cho tâm tham dục điều khiển mình, không lấy sự thỏa mãn danh lợi tài sắc làm mục tiêu chính cho lý tưởng đời mình. Phải biết sống giản dị để có thì giờ nghĩ đến những kẻ khác đang chịu nhiều khổ đau. Phải lấy sự yêu thương con người và phụng sự con người làm lý tưởng. Đó là giáo luật thứ tám. Quý vị trong tháng qua có học tập và giữ gìn giáo luật này hay không?

(Im lặng vài giây, chuông)

Thứ chín: Phật tử không được giữ tâm sân hận và oán thù. Phải quán từ bi và duyên sinh để dẹp trừ tâm niệm sân hận oán thù của mình ngay sau khi tâm niệm ấy phát sinh. Đó là giáo luật thứ chín.

Quý vị trong tháng qua có học tập và giữ gìn giáo luật này hay không?

(Im lặng vài giây, chuông)

Thứ mười: Phật tử không được níu chặt những tà kiến, những quan điểm và lý thuyết trái chống lại với nguyên lý duyên sinh và nhân quả. Không nên yên trí rằng những kiến thức mình hiện có là những chân lý bất di bất dịch để trở thành cố thủ và hẹp hòi. Phải học hỏi thái độ phá chấp và cởi mở để đón nhận quan điểm của kẻ khác và làm hiển lộ sự thật duyên sinh về con người, về cuộc đời và về vũ trụ. Đó là giáo luật thứ mười. Quý vị trong tháng qua có học tập và giữ gìn giáo luật này hay không?

(Im lặng vài giây, chuông)

"Thưa quý vị, tôi đã hoàn tất trách nhiệm tuyên đọc giáo luật thập thiện. Tôi xin cám ơn quý vị đã giúp tôi hoàn tất phận sự tuyên đọc một cách thanh tịnh. Xin tất cả hãy cùng tôi chắp tay tụng bài phát nguyện".

(Mọi người chắp tay tụng)

Chúng sanh vô biên thệ nguyện độ
Phiền não vô tận thệ nguyện đoạn
Pháp môn vô lượng thệ nguyện học
Phật đạo vô thượng thệ nguyện thành

(Ba tiếng chuông)

Đọc giáo luật xong thường thường ông bà Năng và hai con ngồi lại thêm mươi phút để nói chuyện và nhận xét về những giáo luật mới đọc. Có một lần Trâm nói: "Kỳ này khi đọc đến giáo luật thứ sáu con mắc cỡ quá. Tại vì con nhớ vì giận con Lan học cùng lớp, con đã chửi nó là thiếu giáo dục. Chắc bây giờ nó cũng còn giận con, và nếu ba má nó mà nghe được chắc cũng còn giận con hết chỗ nói". Bà Năng nói: "Má chắc lần sau con sẽ không làm như vậy nữa".

Bữa cơm chay tiếp theo đó rất vui. Bà giáo Năng sửa soạn bữa cơm rất công phu, từ hồi trưa; hai anh em Minh giúp má hăm lại các thức ăn, dọn bàn, lau chén đũa. BỮA CƠM NÀY LÀ MỘT CƠ

HỘI ĐỂ MỌI NGƯỜI TRONG GIA ĐÌNH TỰ XÉT TỰ TÌNH, THIẾT LẬP THÔNG CẢM, THA THỨ VÀ THƯƠNG YÊU VỚI NHAU. Một bữa cơm như thế cần vui, mọi người ăn ngon. Ăn chay mà sống được trong không khí hòa thuận và tin yêu thì sự ăn chay mới thực có ích lợi. Gia đình ông bà Sáu cũng ăn chay một tháng mấy kỳ đó, nhưng không khí của bữa cơm so với không khí ngày thường nào có hơn kém gì đâu. Nếu một gia đình cùng học hỏi, chấp nhận và giữ gìn một giáo luật như giáo luật THẬP THIỆN NGHIỆP ĐẠO để xây dựng đời sống của mình, thì gia đình ấy đã thực hành được nguyên tắc "giới hòa đồng tu" của đạo Phật.

Đi Chùa

Ngoài trường hợp lên chùa cá nhân, tất cả mọi gia đình nên đi chùa với nhau mỗi tháng một lần. Có thể là ngày rằm, mồng một hay một ngày chủ nhật. Nên chọn một ngày không có lễ lược gì tại chùa, trong trường hợp mình muốn được hưởng không khí thanh tịnh. Đi chùa cũng phải chuẩn bị cẩn thận. Nên tắm rửa, mặc áo đẹp, và phải dự định lên chùa sống một vài giờ đồng hồ cho thoải mái và an lạc. Cố nhiên phải chọn chùa nào có khung cảnh ấy. Dâng hoa lễ Phật xong, mọi người có thể xin nói chuyện với một vị tăng sĩ, hoặc về giáo lý, hoặc về những vấn đề khác có liên hệ tới sự áp dụng đạo Phật trong đời sống cá nhân, gia đình, xóm làng, xã hội… Sau đó, gia đình có thể mượn xem sách Phật, đi bách bộ trong vườn trên đồi hay ngồi đàm đạo với nhau dưới những hàng cây. Nên chọn một cảnh chùa thanh tịnh và thiền sư làm biểu hiện cho quê hương tâm linh của mình.

Sáu Nguyên Tắc Sống Hòa Hợp

Hồi Đức Phật Thích Ca tại thế, ngài có thiết lập sáu nguyên tắc sống chung hòa hợp cho đoàn thể tăng sĩ của ngài. Sáu nguyên tắc này có thể làm căn bản cho một đời sống gia đình hạnh phúc nhất và tiến bộ nhất:

1. THÂN HÒA ĐỒNG TRÚ: Cùng chia xẻ với nhau một mái nhà hay một hoàn cảnh sinh hoạt cộng đồng, chấp nhận một cách hoan hỷ sự có mặt của nhau.

2. GIỚI HÒA ĐỒNG TU: Cùng học tập và giữ gìn với nhau những kỷ luật đã được chấp nhận như là nguyên tắc hướng dẫn đời sống của cộng đồng.

3. KIẾN HÒA ĐỒNG GIẢI: Chia xẻ và trao đổi với nhau những ý kiến và những nhận thức của nhau. Những ý kiến và nhận thức này có thể trái chống nhau, nhưng nếu mọi người đều biết cởi mở, lắng nghe và phá chấp thì họ có thể hiểu rõ được quan điểm kẻ khác, học được những điều mới lạ.

4. LỢI HÒA ĐỒNG QUÂN: Tài sản của chung; mọi người đều có quyền sử dụng và chia xẻ tùy theo nhu yếu của mình. Mọi người có trách nhiệm giữ gìn bồi đắp những tài sản chung đó.

5. KHẨU HÒA VÔ TRÁNH: Giữ gìn lời nói từ tốn, không cãi cọ, tranh chấp và giận hờn với những người khác. Nói lời xây dựng và bồi đắp, không gây chia rẽ, không làm tan rẽ đoàn thể.

6. Ý HÒA ĐỒNG DUYỆT: Biết dung hòa những ý kiến khác nhau để chấp nhận nhau và sống an vui với nhau.

Sáu nguyên tắc sống chung gọi là LỤC HÒA này được áp dụng cách đây trên 2500 năm, bây giờ nghĩ lại vẫn có thể là căn bản để thiết lập một đời sống cộng đồng rất thích hợp. Không những ta có thể áp dụng lục hòa vào đời sống gia đình, ta cũng có thể áp dụng lục hòa trong đời sống học đường, làng mạc và quốc gia nữa. Áp dụng vào đời sống làng mạc và quốc gia ta có thể thiếp lập được một thể chế xã hội nhân bản, cộng đồng và tự do, biểu lộ được tinh thần từ bi và bình đẳng của đạo Phật.

IV.

XÂY DỰNG XÓM LÀNG

Xây Dựng Từ Dưới Lên Trên

Sự tu dưỡng bản thân, sự xây dựng gia đình và quốc gia tùy thuộc mật thiết vào sự phát triển xóm làng và khu phố. Cố nhiên đời sống xóm làng tùy thuộc đời sống quốc gia và quốc gia có độc lập và tự do thì xóm làng mới dễ phát triển. Nhưng trái lại độc lập và tự do quốc gia một phần cũng do những cố gắng trong phạm vi xây dựng xóm làng. Nếu ta sống trong xóm làng hay khu phố mà chẳng làm được gì tối thiểu cho xóm làng và khu phố thì ta chẳng mong gì có đủ khả năng phụng sự quốc gia. Phải thực hiện tự do, dân chủ và công bình, xã hội ngay trong xóm làng và khu phố của mình, dù rằng sự thực hiện này không được hoàn toàn và tùy thuộc đến tình hình chung của cả nước. Ta phải biết bắt đầu xây dựng TỪ DƯỚI LÊN TRÊN.

Trường Học Địa Phương

Trước hết, ta hãy góp sức xây dựng trường học địa phương về các phương diện trường ốc, chương trình và giáo chức. Giáo dục là một khía cạnh quan trọng của công cuộc phát triển cộng đồng. Ta phải có bổn phận kiểm soát, cải tạo và bồi đắp nền giáo dục của thời đại ta. Nếu ta nghĩ rằng chương trình giáo dục phải để hoàn toàn cho bộ quốc gia giáo dục định đoạt và giao phó tất cả cho bộ thì ta đã thiếu trách nhiệm. Một ông bộ trưởng giáo dục có bằng cấp ngoại quốc, không biết nhiều về tình trạng Việt Nam sẽ không thể lãnh đạo nền giáo dục quốc gia. Ta phải đặt câu hỏi: Nền giáo dục hiện tại ở trường làng, trường quận hay trường khu phố đưa con em ta đến đâu? Chuẩn bị cho chúng những gì để chúng ra đời? Sự học hành của con em ta có liên hệ gì đến đời sống của xóm làng của chúng không? Lâu nay nhiều người trong chúng ta cứ cho rằng mục đích của sự học là nhắm tới một văn bằng với mục đích mưu sinh. Không những điều bậc cha mẹ nghĩ như thế và nhiều người trẻ cũng nghĩ như thế. Trường học trở thành một thứ công cụ để chọn lọc và hạn chế. Không ta phải để cho trường học đóng vai trò quan trọng của nó.

CHƯƠNG TRÌNH HỌC PHẢI LIÊN HỆ MẬT THIẾT VỚI THỰC TRẠNG ĐỊA PHƯƠNG

Ví dụ trong làng Vân Thủy, trẻ em và người lớn nhiều người bị bệnh đau mắt, mắt đỏ cả lên. Ấy vậy mà trong trường tiểu học làng, suốt năm các thầy giáo chỉ dạy có một bài vệ sinh về bệnh đau mắt; học trò học thuộc lòng và trả bài bệnh đau mắt dài tới một trang giấy học trò. Đến khi thầy giáo chuyển sang dạy bài bệnh thương hàn, thì bệnh đau mắt trong làng vẫn không vì sự giáo dục mà giảm bớt.

Ở làng Cầu Khê ba năm trước đây người ta cũng bị đau mắt

nhiều như vậy. Nhưng từ khi thầy giáo Liêm về dạy ở trường tiểu học Tình Thương thì dân làng bắt đầu cộng tác với nhau chống bệnh đau mắt, và trong vòng bốn tháng, bệnh đau mắt bị quét sạch. Thầy giáo Liêm bàn với các thầy giáo khác mở một cuộc vận động (họ gọi là một "chiến dịch") chống bệnh đau mắt. Đầu tiên, học sinh trong trường được dạy kỹ lưỡng về bệnh đau mắt, tự nguyện thực hành những điều đã học để chữa lành mắt của chính mình. Ngày nào vấn đề bệnh đau mắt cũng được nói tới ở học đường.

Các em học sinh cộng tác với thầy giáo mình về những bích chương, tổ chức một buổi trình diễn nhạc kịch ca vọng cổ về vấn đề bệnh đau mắt. Một em học sinh trước đó bị bệnh đau mắt nay đã lành, đứng lên kể chuyện đau mắt của mình, và tỉ mỉ kể làm sao mà em chữa lành được bệnh đau mắt. Các thầy giáo và học sinh của họ đẩy cuộc vận động cho tới thành công mới thôi. Có nhiều anh và nhiều chị trong làng cộng tác với họ; không những họ chỉ dẫn, làm "áp lực tinh thần" để mọi người lo trị cho hết bệnh đau mắt mà họ còn tìm đến tận nơi những người có bệnh đau mắt để giúp đỡ săn sóc nữa.

Nhưng trong làng Cầu Khê không phải chỉ có vấn đề bệnh đau mắt. Dân làng ở đây phần lớn sống về ngư nghiệp, đời sống rất cực khổ mà dân làng ít có ai khá giả lên được. Có cậu học sinh nào học khá thi xong tiểu học liền tìm lên tỉnh kiếm việc không chịu ở lại làng đem cái học của mình mà làm cho làng có tổ chức hơn, ít nghèo đói, ít bệnh tật hơn. Các thầy giáo, cô giáo trường Tình Thương đã nghe lời đề nghị của thầy giáo Liêm, chỉ dạy học sinh mình một cách tổng quát về các môn ít có dính líu nhiều đến đời sống dân làng. Ví dụ về sông ngòi họ chỉ dạy sơ qua về con sông Thames ở Anh, dạy nhiều hơn một chút về sông Hồng ở Bắc và dạy rất kỹ về con sông Cửu Long chảy qua làng Cầu Khê. Họ dạy sơ lược về cách trồng cà phê (đất trong làng không trồng cà phê được) trái lại dạy rất kỹ về ngư nghiệp.

Cố nhiên trẻ em trong làng biết rất nhiều về nghề đánh cá; có em mười hai tuổi đã phải đi theo ông chú đánh cá suốt buổi sáng, chỉ có thể đi học buổi chiều, và em ấy biết nhiều hơn thầy giáo Liêm về nghề đánh cá. Nhưng các thầy giáo biết nhiều chuyện khác mà dân làng không biết. Ví dụ họ biết về chuyện phát triển ngư nghiệp ở những địa phương nơi đó kỹ thuật đánh cá đã được cải tiến rất nhiều, về chuyện tổ chức hợp tác xã ngư nghiệp trong đó có ngư dân chung sức và chung vốn nữa để đạt được những lợi tức quan trọng hơn. Hợp tác xã là một phương thức để phá vỡ cái vòng tròn nghèo khó. Các thầy giáo được dân làng mến chuộng, những buổi tiếp xúc chuyện trò đang đi dần đến chuyện thành lập hợp tác xã.

Sở dĩ các thầy giáo ở đây có thể thay đổi chương trình học cho thích hợp và lợi ích thiết thực là vì đây không phải là trường của chính phủ lập mà là trường của dân làng tự đóng góp lập nên. Trường này, từ khi thầy Liêm tới, đã thay đổi theo chiều hướng trường TIỂU HỌC CỘNG ĐỒNG, tức là một trường học kiểu mới, học nhiều về các vấn đề có liên hệ đến đời sống cộng đồng. Học trò học xong vẫn có thể thi tốt nghiệp tiểu học như những trường khác, bởi vì hiện nay trường cộng đồng đã được bộ giáo dục công nhận. Các thầy giáo ở trường Tình Thương tổ chức luôn tại trường những buổi học cho các cô bác chưa biết đọc biết viết, các lớp học về y tế, vệ sinh, hợp tác xã... Ta có thể nói rằng đây là một trường học mà chương trình liên hệ mật thiết với đời sống dân làng. Nhiều bậc phụ huynh gặp khó khăn trong vấn đề giáo dục con em: đôi khi những nguyên nhân ấy nằm ở học đường và ngoài xã hội. Sự liên lạc và cộng tác giữa phụ huynh học sinh, và các giáo chức tại học đường trở nên rất cần thiết trong trường hợp này cũng như trong nhiều trường hợp khác.

Phần lớn trong chúng ta chỉ mong cho con cháu thi đậu, có bằng cấp, chớ ít để ý đến nội dung của nền học vấn con em. Con em học toán giỏi, Anh văn Pháp văn giỏi, thế là tốt rồi, chúng ta nghĩ. Chúng ta nên biết làm mất mười mấy năm trời ở học đường chỉ với một mục đích là kiếm một văn bằng thì đó là một sự phung phí thời gian rất lớn. Có bao nhiêu người có bằng cấp cao mà nhân cách và đời sống rất thô lậu và thấp hèn. Con cái chúng ta đi học không phải chỉ vì để có bằng cấp mà là để nên người. Do đó giáo dục học đường phải đáp ứng lại hoài vọng của ta, ta phải lưu tâm và tìm mọi cách để ảnh hưởng tới đường lối giáo dục học đường.

Những tổ chức phụ huynh học sinh có thể ảnh hưởng tới trường học và đường lối của bộ quốc gia giáo dục. Tham dự vào những tổ chức ấy, đồng thời giữ liên lạc với các giáo chức tại trường và theo dõi sự học hành của các con, ta sẽ ảnh hưởng giáo dục học đường. Nếu phòng xá và trường ốc thiếu, ta bàn nhau trong xóm làng hay trong khu phố, tìm cách xây dựng thêm, dù là đơn sơ, miễn có chỗ cho con cháu học hành. Nếu chương trình quá xa cách với sự sống, ta bàn nhau cùng tỏ ý với ban tổ chức tìm cách thích ứng chương trình với sự sống. Nếu giáo chức không xứng đáng, ta can thiệp để đổi thay. Tóm lại ta phải có trách nhiệm về học đường trong xóm làng hay khu phố ta ở.

Công Tác Xã Hội

Tại trường học, tại phòng thông tin hay trong trung tâm thanh niên hoặc nhà việc ta nên cộng tác với các giáo sư để tổ chức những lớp học về vấn đề thực hiện vệ sinh công cộng, bài trừ cờ bạc, bài trừ văn chương và phim ảnh đồi trụy. Ta cũng nên cộng tác trong việc tổ chức và tham dự vào những sinh hoạt lành mạnh như thiết lập phòng đọc sách công cộng trình diễn ca kịch, du ngoạn, cắm trại, thể thao, hội chợ, hội chùa… Nếu người lớn và trẻ em đi tìm những loại giải trí có hại như uống rượu, đánh bạc… đó là vì xóm làng hay khu phố không có những tổ chức giải trí lành mạnh. Ta chớ nên lấy cớ là không có thì giờ để từ chối đóng góp công của vào các sinh hoạt lành mạnh như thư viện, cắm trại, thể thao, hội chợ… Trẻ con trong làng cứ mong có dịp bỏ làng lên tỉnh cũng vì chúng không có giải trí lành mạnh. Vì sinh khí của làng, vì thế hệ tương lai, phải lưu tâm nhiều đến những hoạt động này. Giáo sư và học sinh trong các trường học địa phương nên khởi xướng và tổ chức sinh hoạt giải trí lành mạnh, kêu gọi sự tham gia của mọi người trong thôn làng hay khu phố để tạo nên không khí vui tươi lành mạnh cần có của cộng đồng.

Trong một làng nghèo, ta vẫn có thể tổ chức được thư viện. Một căn phòng tại nhà việc, tại trường học, tại chùa hay tại trung tâm thanh niên, một cái tủ đựng sách báo và một người phụ trách cho mượn sách mỗi tuần vài lần là đủ. Sách báo có thể xin ở từng gia đình. Thầy giáo Liêm đã tổ chức một phòng đọc sách rất đặc biệt. Với sự giúp sức của các bạn giáo viên và học sinh, thầy đã mượn và xin được hơn ba trăm cuốn sách và gần một trăm tờ báo, chưa cũ lắm. Thầy xin phép ông Tám để đặt phòng đọc sách nơi nhà ông.

Nhà ông Tám rộng, mát cả ngày không có ai. Vườn sau trồng rất nhiều cây xanh và mát. Thầy Liêm mua tới sáu cái võng. Mỗi chủ nhật, thầy tới thư viện mắc võng sau vườn, đọc sách. Các thầy giáo khác và một ít học sinh cũng làm như thế, và họ khuyến khích nam nữ trong làng làm như thế. Có nhiều sách rất dễ đọc, nhiều hình ảnh, nhiều hí họa. Ai muốn tới đọc sách thì tới thứ năm hay chủ nhật, có người giữ tủ sách, biên tên họ người mượn sách. Nếu người nào không muốn đọc ngay tại chỗ mà muốn mượn đem về nhà một tuần hay mươi bữa thì ký tên vào sổ và hẹn ngày đem trả.

Trong thôn xóm, ta nên thành lập gia đình Phật tử. Gia đình Phật tử là một tổ chức giáo dục thiếu niên và nhi đồng theo tinh thần thương yêu (bi) hiểu biết (trí) và can đảm (dũng). Các giáo viên học sinh và các con em khác của chúng ta đều nên tham dự tổ chức này. Về thể thức tổ chức Gia Đình Phật tử, ta nên liên lạc với Giáo Hội Phật Giáo địa phương để tìm hiểu. Gia đình Phật tử, ngoài công việc học tập tu dưỡng, rất có khả năng tổ chức các sinh hoạt văn nghệ, ca kịch, du ngoạn, cắm trại, thể thao, hội chợ, hội chùa vân vân… Các thầy giáo trong trường mà cộng tác với Gia đình Phật tử thì chắc chắn sẽ gây được nhiều sinh khí lành mạnh vui tươi trong thôn xóm.

Chấm Dứt Thái Độ Thụ Động

Thầy giáo Liêm thường nói với đồng bào cô bác trong làng "TA KHÔNG NÊN THỤ ĐỘNG NGỒI ĐÓ MÀ CHỜ CHÍNH QUYỀN GIÚP TA THOÁT KHỎI TÌNH TRẠNG NGHÈO TÚNG, BỆNII TẬT VÀ THIẾU HỌC. Chúng ta chờ đợi đã quá lâu rồi; chúng ta nên tự mình xây dựng cho mình trước. "Tinh thần tự lực này quả là đúng tinh thần "Tự mình thắp đuốc mà đi của đạo Phật". Thầy giáo Liêm lại nói: "Bà con cô bác mình nên HỢP SỨC VỚI NHAU NGAY TỪ BÂY GIỜ ĐỂ BẮT ĐẦU THỰC HIỆN NHỮNG DỰ ÁN PHÁT TRIỂN XÓM LÀNG VỀ MỌI MẶT Y TẾ, GIÁO DỤC, KINH TẾ".

Thật vậy, vì nghèo nên con cháu trong làng thiếu học, thua sút người ta. Càng thiếu học thì càng nghèo, bởi vì chỉ khi nào ta có học thức ta mới biết cách cải tiến đời sống, chống lại nghèo đói. Rồi cũng vì nghèo mà con cháu ta lại không được đi học, cho nên vì nghèo mà sinh ra thiếu học, vì thiếu học mà cứ nghèo mãi. Đó là một cái vòng lẩn quẩn. Bệnh tật cũng do nghèo và thiếu học mà ra; bởi vì do nghèo nên không có đủ tiền đi bác sĩ và thuốc men, do thiếu học mà không biết cách ngăn ngừa bệnh tật. Bệnh tật cũng nằm chung trong cái vòng lẩn quẩn với nghèo và thiếu học. Đây cũng là một cái vòng luân hồi cần phải đập vỡ. Sau đây là những phương pháp đập vỡ cái vòng lẩn quẩn "thiếu học-nghèo-bệnh tật", căn cứ trên giáo lý duyên sinh và tứ diệu đế của đạo Phật.

Kiểm Điểm Tình Trạng

Học tập để kiểm điểm và thấy rõ tình trạng kinh tế xã hội và văn hóa trong thôn xóm và tìm cách đối trị. Đây là áp dụng sự thực thứ nhất (khổ đế) và sự thực thứ hai (đạo đế) trong tứ diệu đế. Trong các buổi học tập như thế, tổ chức tại trường học, chùa hay nhà việc, thường thường ta tìm ra những nguyên nhân sau đây của sự chậm tiến:

- Người dân ít học, ít biết về các vấn đề y tế, kinh tế, văn hóa và xã hội.

- Người dân chưa biết cách tổ chức các hợp tác xã sản xuất và tiêu thụ.

- Người dân có thái độ thụ động và trông chờ.

- Người dân không biết tổ chức tương trợ.

- Người dân chưa dứt bỏ những tập tục và thói quen có hại.

Tổ Chức Hợp Tác Xã

Tổ chức và tham dự vào các hợp tác xã sản xuất và tiêu thụ. Đây là phương pháp thần hiệu nhất để thắng vượt tình trạng nghèo khổ. Một cá nhân đơn độc khó mà có thể vùng vẫy thoát ra vòng tròn nghèo khổ nhưng, nếu nhiều cá nhân cộng tác với nhau, thì tình trạng sẽ khác hẳn. Có rất nhiều hình thức hợp tác xã, nhưng tựu trung hợp tác xã nào cũng là những nỗ lực chung của nhiều người về các phương diện như: vốn liếng, đất đai, nhân lực và phương tiện. Một nông dân không đủ sức mua nổi một máy cày, và dù cho có mua máy cày thì cũng phí, bởi vì nông dân này đất ít nên để cho máy cày nằm không. Nhiều nông dân hợp lại làm một tổ hợp máy cày: Mỗi nông dân chỉ cần bỏ ra một số vốn nhỏ thích ứng với diện tích canh tác của mình, và máy cày phục vụ cho tất cả mọi hội viên của tổ hợp. Hợp tác xã là như vậy.

Vần công cũng là một hình thức hợp tác xã. Phân công cũng là một hình thức hợp tác xã. Góp vốn để khai thác hay canh tác chung cũng là hình thức hợp tác xã. Tổ chức mua sỉ và chuyên chở hàng hóa về làng rồi bán lại cho dân làng bằng giá vốn (kể tiền chuyên chở và lương nhân viên) cũng là một hình thức hợp tác xã. Hợp tác xã phục vụ cho mọi người, tạo nên sức mạnh chống lại gian thương, chống lại bóc lột. Làng Trà Lộc có một hợp tác xã phân bón; dân chúng ai cũng được mua phân bón với giá rẻ mà lại được mua ngay tại chỗ, khỏi phải đi xa chuyên chở về. Dân làng lại được chỉ dẫn cách thức xử dụng phân bón nữa. Còn ở làng Bảo Liên, từ ngày có hợp tác xã, thím Tư bán trà được giá cao hơn trước mà khỏi phải đi xa. Cũng ở làng này, từ ngày có quỹ tín dụng, bà Sáu đã mượn được hai lần tiền vốn để phát triển trại gà của bà hiện có tới hơn ba trăm con.

Gà của bà bây giờ nuôi theo kiểu mới, không chết nữa, bởi vì bà cũng tham dự hợp tác xã nuôi gà. Gà con mua của hợp tác xã, dựng bằng tre cho gà ăn uống cũng mua của hợp tác xã, rất rẻ: Thực phẩm cho gà ăn cũng mua của hợp tác xã. Đến khi bán gà, bà chỉ cần bán cho hợp tác xã, khỏi phải đi xa mà lại bán được giá. Nhà giữ trẻ làng Vĩnh Phước thật đáng là niềm tự hào của cả làng. Khu đất thì rộng, cây cối xanh tốt, xa các chuồng trâu, chuồng heo, chuồng bò nên không khí rất tinh khiết. Buổi mai trước khi ra đồng, các cô bác ghé nhà giữ trẻ để gửi con. Bốn người được hợp tác xã trả lương để giữ tất cả trẻ em nhỏ tuổi trong làng, tập chúng chơi, dạy chúng học. Từ khi có nhà giữ trẻ, cô bác trong làng thông thả hơn và yên tâm hơn để lo việc canh tác sản xuất. Buổi chiều khi đi làm về, họ ghé tìm con. Đứa nào mặt mũi chân tay cũng đều sạch sẽ. Áo quần không lấm lem như trước. Lại được học chữ học số nữa. Có em nào đau bụng hay nhức đầu thì đã có tủ thuốc của nhà giữ trẻ có chuyện cần hơn thì một trong bốn người giữ trẻ đi tìm cô y tá xã. Nhà giữ trẻ cũng là một hình thức hợp tác xã.

Nhất định là chúng ta phải tổ chức và tham dự hợp tác xã. Nỗ lực về mọi mặt phát triển chung là một hướng đi rất thích hợp với giáo lý đạo Phật vốn chủ trương vượt ra khỏi cái vỏ cứng của bản ngã cá nhân và điều hợp với những người khác để tạo nên y báo tốt đẹp. Giáo lý lục hòa (sáu nguyên tắc sống chung hòa hợp) là nền tảng vững chãi cho đời sống tập thể cộng đồng. Giáo lý lục hòa hướng đến một thể chế có tính cách xã hội, nhân bản và tự nguyện. Thực hiện hợp tác xã là thực hiện giáo lý lục hòa theo tinh thần duyên sinh.

Cải Tiến Và Phát Triển

Tham dự vào những buổi học về cải tiến nông nghiệp, phát triển tiểu công nghệ, cải tiến kỹ thuật chăn nuôi và ủng hộ mọi dự án thực hiện các công trình này để phát triển kinh tế địa phương. Nông nghiệp cần được cải tiến để lượng sản xuất tăng gia. Đứng về phương diện hạt giống, phân bón, nông cơ và thị trường cần có nhiều sự đổi mới thì lượng sản xuất mới gia tăng được. Vấn đề chăn nuôi cũng vậy. Ngoài việc canh tác và chăn nuôi, ta có thể thiết lập những ngành tiểu công nghệ nông thôn như làm nón, làm bánh tráng, trái cây khô, đan tre, đan mây… Những công nghệ này dựa trên sản phẩm địa phương như tre, mây, đá, đất sét… một khi phát triển sẽ tăng gia ngân quỹ gia đình. Muốn cho các công nghệ này phát triển mạnh, chúng ta cũng cần tổ chức thành hợp tác xã. Ta phải tham gia các hợp tác xã này bằng vốn liếng, vật liệu hay nhân công.

Tổ Chức Nghiệp Đoàn

Tham dự vào các tổ chức nghiệp đoàn để bênh vực quyền lợi của nông dân và lao động. Ở các nước tiến bộ, các nghiệp đoàn tổ chức rất chặt chẽ. Các nghiệp đoàn này có đủ sức chống lại tư bản bóc lột, gian thương và áp chế bằng cách đoàn kết, tương trợ và đình công. Nông dân và thợ thuyền nếu không tổ chức thành nghiệp đoàn thì không thể nào chống lại được những áp chế và bóc lột. Ta phải tìm hỏi những phương pháp và nguyên tắc tổ chức nghiệp đoàn và khuyến khích những người quen biết gia nhập các tổ chức nghiệp đoàn.

Tổ Chức Tương Trợ

Sống trong cùng một cộng đồng, ta phải tương trợ nhau những khi khó khăn, lỡ bước. Nhưng sự tương trợ này phải được tổ chức hẳn hoi, chớ không phải gặp đâu làm đó. Sự tương trợ nên được tổ chức trên căn bản hợp tác xã: Nhiều người cùng giúp một người. Sự tương trợ có thể thực hiện bằng nhân công, phẩm vật hay tiền bạc. Cô Ba ở An Cửu, sau khi trở thành góa bụa, không đủ sức nuôi con đi học. Hợp tác xã tìm cho cô một việc làm, và cấp hàng tháng số tiền cần thiết cho hai đứa con của cô có thể tiếp tục theo học. Bù lại cho vốn hợp tác xã, mỗi hội viên đóng năm đồng một tháng trong vòng hai năm (chẳng bao nhiêu).

Những hội viên hợp tác xã nào không đóng tiền thì đóng góp mỗi tháng nửa ngày công cho hợp tác xã. Khi chú Tám bị mất mùa dưa, hợp tác xã cho vay vốn làm mùa khác và cấp tiền cho chú chi dụng trong vòng ba tháng. Các hội viên hợp tác xã cũng đóng góp hoặc bằng tiền bạc hoặc bằng nhân công cho hợp tác xã để bù lại khoản chi tiêu tương trợ của hợp tác xã. Như vậy trong một cộng đồng ai cũng góp phần vào sự cứu trợ những gia đình đang ở vào tình trạng quẫn bách nhất trong tình trạng khó khăn cũng được giúp đỡ qua cơn thiếu thốn.

Hướng Về Nếp Sống Cộng Đồng

Phật tử không sống một cuộc sống khép kín, nhắm mắt trước khó khăn cực nhọc của những người chung quanh. THEO LÝ DUYÊN SINH ĐỜI SỐNG MỌI NGƯỜI CÓ LIÊN HỆ MẬT THIẾT VỚI NHAU. Nếp sống xã hội cộng đồng rất thích hợp với người Phật tử. Ta phải chấm dứt thái độ chỉ biết lo cho mình ta, thái độ nhắm mắt tai ngơ đối với những vấn đề chung của xóm làng hay khu phố. Nạn cờ bạc, những đống rác lớn, những đám du đảng và bao nhiêu tệ đoan khác trong thôn làng, ta phải xem là vấn đề của chính ta. Trách nhiệm thuộc về mọi người trong thôn xóm. Thái độ phó mặc, ai chết mặc ai là thái độ trái chống hoàn toàn với tinh thần đạo Phật. Chừng nào ta biết đau cái đau của kẻ khác, biết vui cái vui của kẻ khác, chừng đó ta mới xứng đáng là một Phật tử.

Đạo lý duyên sinh (mọi người nương nhau) và đạo lý lục hòa (sáu nguyên tắc sống chung hòa hợp) cho ta thấy đạo Phật quí trọng nếp sống cộng đồng, chia xẻ vui buồn, hạnh phúc và khó nhọc với kẻ khác. Đạo Phật hướng về nếp sống cộng đồng trong tinh thần tự nguyện, bởi vì đạo Phật chủ trương không ép buộc kẻ khác theo mình bằng bạo lực. Phật tử tham dự nếp sống cộng đồng vì nhận thấy nếp sống này biểu lộ được tình thương yêu và ý hướng tiến bộ. Những nguyên tắc lãnh đạo nếp sống cộng đồng, theo Phật tử, là ý thức trách nhiệm, tinh thần tự nguyện và tình thương yêu mà không phải là những giáo điều hoặc luật lệ sắt thép của những đảng phái chính trị. Cũng vì vậy mà người Phật tử phải chú trọng đến đời sống tâm linh, bởi vì nếu thiếu thương yêu, trách nhiệm và tự nguyện, thì dù có tham dự nếp sống cộng đồng đi nữa nếp sống cũng trở nên khô khan, bó ép và khó thở.

Thắp Đuốc Mà Đi

Về phương diện quản trị thôn làng hay khu phố, người Phật tử cần thực sự để tâm vào việc bầu cử hội đồng xã hay hội đồng khu phố. Nếu nhận thấy có sự mờ ám gian lận khi bầu cử, phải biết can đảm hợp sức cùng nhau để phản đối. Nên bàn luận, tìm hiểu và chọn lọc những ứng cử viên. Khi ta đã bầu xong một ban lãnh đạo xóm làng, ta phải ủng hộ cho ban ấy làm việc. Nhất định là ta phải tìm đủ cách cho ban ấy thực sự làm việc cải tiến đời sống địa phương. Không những ta có thể góp ý kiến xây dựng, ta còn có thể đóng góp kiến thức chuyên môn của ta, và khi cần thì có thể đóng góp cả công lao của ta để hỗ trợ cho ban này làm việc phụng sự cho xóm làng.

Trong trường hợp đặc biệt, để công việc không ngừng trệ, ta có thể xúc tiến sự thành lập những ủy ban tư nhân gồm có những người có thiện chí để tổ chức học hỏi các vấn đề trong làng và tìm cách phát khởi những công tác, cải tiến và phát triển thôn xóm. Chúng ta đừng buông xuôi tay khi thấy hội đồng xã, hội đồng khu phố hay hội đồng tình bất lực. Ta đừng nói: "Nếu tôi là họ thì tôi sẽ…". Ta nên tự hỏi mình: "Họ đã như thế, thì mình với tư cách người dân, mình phải làm gì?" Tự hỏi như thế để bắt tay vào việc tự lực xây dựng. Đó mới thực là đi vào con đường bát chánh, con đường "tự thắp đuốc mà đi" của đạo Phật.

V.

XÂY DỰNG GIÁO HỘI

Đạo Phật Phù Hợp Với Đời Sống Mới

Đạo Phật không thành lập trên những tín điều không thể kiểm chứng bằng thực nghiệm. Mỗi khi người ta hỏi Phật về những vấn đề siêu hình viển vông, ngài thường không trả lời họ mà chỉ khuyên họ trở về để tâm vào những vấn đề thực tiễn và thực nghiệm: Những khổ đau, những nguyên nhân tạo nên khổ đau và phương pháp diệt khổ tạo nên an lạc. Nhận thứ Duyên Khởi, Tứ Diệu Đế và Bát Chính Đạo của Phật Giáo rất phù hợp với nhận thức của khoa học thực nghiệm. Không những thế, các giáo lý trên lại phù hợp hoàn toàn với nguyên tắc DÂN CHỦ, BÌNH ĐẲNG và TỰ DO.

Theo nguyên tắc duyên sinh, vạn loại nương vào nhau mà sinh thành, tồn tại và phát triển, không ai có thể làm chủ vận mệnh của ai; ai cũng có những quyền làm người làm dân: Tinh thần này là bản chất của đời sống dân chủ, tự do và bình đẳng. Ngày xưa Đức Phật thâu nhận vào giáo đoàn ngài tất cả mọi người không phân biệt chủng tập và giai cấp. Một ông vua theo ngài thì cũng ngồi ngang hàng với một người cùng đinh theo ngài. Phương pháp phá chấp và nguyên tắc tôn trọng sự sống của đạo Phật chứng tỏ đạo Phật rất tự do. Vì giáo lý đạo Phật phù hợp tinh thần khoa học thực nghiệm và vì giáo lý ấy biểu lộ tinh thần dân chủ, bình đẳng và tự do nên đạo Phật KHÔNG LÂM VÀO TÌNH TRẠNG KHỦNG HOẢNG ĐỨC TIN như một vài tôn giáo khác.

Đạo Phật tuy rất cũ nhưng lại rất mới, phù hợp hoàn toàn với đời sống mới. Vì nhận thức như thế, nên Giáo Hội Phật Giáo Việt Nam thấy mình có nhiệm vụ tiếp tục duy trì sự nghiệp của đạo Phật là xây dựng con người và xã hội Việt Nam. Ngôi chùa và giáo hội địa phương đối với xóm làng và khu phố cũng có trách vụ tương đương với giáo hội toàn quốc đối với đời sống quốc gia. Đạo Phật không muốn trở thành độc tôn, đạo Phật tôn trọng sự có mặt của các tôn giáo và quyết duy trì tình thân hữu với mọi tôn giáo.

Mục Đích Đi Chùa

Tới chùa, người Phật tử không những tới để lễ Phật, hộ niệm, cầu an và cầu siêu mà còn để học hỏi giáo lý và trao đổi kinh nghiệm áp dụng giáo lý vào đời sống. Cố nhiên sự học Phật phải nhắm đến hướng thực dụng: Người Phật tử không học Phật để nói ba hoa và khoe khoang về sự hiểu biết của mình. Nếu chùa, mà không cho cơ hội để học Phật, thì đó là một thiếu sót lớn. Ta phải làm thế nào để tại chùa có những lớp dạy về đạo Phật hàng tuần, cho người lớn, cho thanh niên và cho trẻ em. Ta phải làm sao để xin thầy trụ trì (viện chủ hay giám tự) mời được một vị giảng sư. Giảng giáo lý cho trẻ em thì chúng ta có thể nhờ những đạo hữu, những thanh niên hay những huynh trưởng Gia đình Phật tử nào đã hiểu khá về giáo lý phụ trách.

Muốn đi đúng tinh thần thực dụng của đạo Phật, chúng ta nên có những buổi đàm luận tại chùa về vấn đề áp dụng đạo Phật trong đời sống hàng ngày. Trong những buổi gặp gỡ như thế ta có thể trao đổi với nhau những kinh nghiệm về sự áp dụng giáolý. Ta nên nhớ rằng giáo lý áp dụng được vào sự sống mới đích thực là giáo lý Phật giáo, còn giáo lý chỉ để đàm luận suông và không dính líu gì đến đời sống thì không phải thực sự là giáo lý đạo Phật. Một người học trường canh nong ra thì biết phép canh tác ruộng, một người học Phật chân chính thì biết áp dụng đạo Phật vào đời sống hàng ngày. Chùa phải tạo cho ta cơ hội để học Phật như thế.

Học Theo Đại Bi, Đại Trí, Đại Nguyện

Trong không khí thanh tịnh của chùa, người Phật tử tìm về tự tâm, soi sáng tự tâm để đạt đến sức mạnh tinh thần, đức bình tĩnh và lòng thương yêu. Là học trò của Phật, ta tới chùa không phải chỉ để lạy lục và cầu xin mà chính là để học theo hạnh nguyện của Phật. Hãy nhìn đức bồ tát Văn Thù Sư Lợi: Ngài là một con người có trí tuệ lớn nhờ học hỏi và chiêm nghiệm không ngừng. Hãy nhìn đức bồ tát Quán Thế Âm: Ngài là một người có tình thương rộng lớn, luôn luôn lắng nghe tiếng kêu bi thương của người khổ đau để tìm tới cứu độ. Hãy nhìn đức bồ tát Địa Tạng Vương: Ngài là một con người có đạo nguyện sâu thẳm, quyết tâm lưu lại trong chốn khổ đau để cứu độ chúng sinh. Lạy Phật là để bày tỏ sự cung kính của đệ tử với một bực thầy; nhưng lạy Phật không đủ. Phải học theo trí tuệ, từ bi và đại nguyện của Phật.

Bảo Vệ Ngôi Chùa

Đừng bao giờ đem sự tranh chấp lên chùa. Nếu có mầm mống nào của một sự tranh chấp tại chùa thì phải tìm cách loại bỏ ngay. Hãy bảo vệ chùa: Hãy duy trì không khí trang nghiêm và thanh tịnh của chùa. Như thế, chùa có thể trở nên một môi trường cởi mở và bao dung, nơi đó ta có thể tạo nên sự đoàn kết và hòa giải giữa mọi người. Hai người hàng xóm giận nhau có thể làm lành lại với nhau khi gặp nhau tại chùa, nhất là khi có một người thứ ba có ý muốn hòa giải giữa hai người. Cô ba Tý là một Phật tử hòa giải rất khéo. Bà hai Hạt và thím Tám Ngọ mà vui vẻ với nhau là nhờ cô Ba Tý. Cô rất ngọt ngào với cả hai người. Bữa đó lên chùa cúng rằm tháng bảy, cô gặp cả hai người và mời cả hai người vào bếp để phụ cô nấu cỗ chay. Thế rồi không biết họ chuyện trò và làm việc chung như thế nào mà sau đó đến giờ lễ Phật ba người cùng đứng một hàng và khi ăn cơm chay thì cả ba bà rủ nhau ngồi chung một bàn. Đó, không khí của chùa là phải cởi mở dễ thương để tạo ra sự hiểu biết và hòa thuận.

Xây Dựng Ngôi Chùa

Ngôi chùa cần tượng trưng cho nền văn hóa tâm linh của đạo Phật. Chùa phải được kiến trúc trang nhã, không lòe loẹt và có vẻ thợ mã, diễn tả được tinh thần bi trí dũng và tinh thần dân tộc. Cố nhiên không phải ai trong chúng ta cũng là kiến trúc sư dựng chùa, nhưng chúng ta có thể nói ý kiến của chúng ta cho thầy trụ trì và kiến trúc sư nghe. Ngôi chùa của chúng ta phải có tính chất Việt Nam, ta không thể bắt chước và vá víu một chút kiến trúc Tàu, một chút kiến trúc Thái Lan, một chút kiến trúc La Mã. Những nét kiến trúc phải biểu lộ được đức điềm tĩnh, hiền hòa mà thanh thoát. Khi nào có một ngôi chùa sắp xây, ta nên tìm dịp nói lên ước nguyện của ta. Muốn cho chắc thì nên thỉnh ý Giáo Hội Trung Ương về bản đồ kiến trúc chùa bởi vì Giáo Hội Trung Ương có liên lạc với những kiến trúc sư biết rộng về kiến trúc Phật giáo.

Chùa phải được giữ gìn sạch sẽ, trang nghiêm và thanh tịnh. Ngoài những ngày có đại lễ, hội họp, chùa phải là nơi thanh tịnh để làm nơi sinh hoạt tâm linh. Làm thế nào để mỗi khi tâm hồn xáo trộn bất an, ta lên chùa thì sẽ nhờ không khí trang nghiêm thanh tịnh ấy mà tìm lại được an vui và trầm tĩnh. Giữ gìn cho chùa cái không khí trang nghiêm thanh tịnh ấy không phải chỉ là bổn phận của thầy trụ trì mà còn là bổn phận của mỗi chúng ta nữa. Chú Bảy thường nói với các bà hay tới làm công quả cho chùa: "Quý cô bác đóng góp công của vào công việc Phật sự thì công đức không thể kể xiết. Nhưng nếu quí cô bác còn giữ được cho chùa không khí trang nghiêm thanh tịnh nữa thì công đức lại còn lớn lao hơn". Ý của chú Bảy là quý cô bác thỉnh thoảng cứ đem chuyện tranh chấp dưới xóm ra nói và bình phẩm. Đáng lý đến chùa, ta chỉ nên nói chuyện xây dựng mà thôi.

Ủng Hộ Phật Sự Của Chùa

Có nhiều Phật tử sốt sắng đóng góp công của cho chùa chỉ vì niềm vui được thấy chùa mình khang trang đẹp đẽ. Một ngôi chùa đẹp và có đủ tiện nghi cho sự tu học đã đành là một chuyện quý, nhưng nếu ta đóng góp công của vào những dự án học hỏi, tu tập và phụng sự do chùa tổ chức, thì đó mới là thực sự xây dựng cho chùa. Chúng ta ai cũng thấy chùa đất Phật vàng là quý hơn chùa vàng Phật đất: Một ngôi chùa tráng lệ mà bên trong không có những sinh hoạt học tập giáo lý, những ngày tĩnh tu, những buổi lễ sám, những cuộc hội thảo đàm luận về phương pháp áp dụng đạo Phật trong đời sống thường nhật… một ngôi chùa như thế thì chỉ là cái vỏ trống không. Ta phải bàn tính với nhau. Trong trường hợp tại chùa không có thầy lãnh đạo, ta phải biết hợp nhau mà liên lạc với giáo hội tỉnh hay giáo hội trung ương.

Phải Học Mới Thực Sự Biết Hành

Ông Tư ở xóm Thượng luôn luôn nói rằng theo đạo Phật, ông chỉ cần tu tâm, làm lành lánh dữ là đủ. Ông nói như vậy thì không ai cãi ông được bởi vì chính đức Phật đã dạy: "Đừng làm các điều dữ, vâng làm các điều lành, gạn lọc tâm lý mình, là lời chư Phật dạy". Nhưng ta cũng biết rằng ông Tư tuy nói đúng, nhưng điều ông Tư nói chính ông Tư cũng không hiểu. Làm lành lánh dữ, phải rồi, nhưng LÀM LÀNH là làm như thế nào, LÁNH DỮ như thế nào, nếu ta hỏi thì ông Tư không trả lời được. Lại còn TU TÂM nữa, ông Tư áp dụng phương pháp nào để tu tâm? Thật ra ông Tư chỉ nói để mà có nói chứ không thực sự biết con đường tu tâm, làm lành lánh dữ. Cũng vì lý do đó mà ông Tư cũng cần đi chùa học Phật như các bà con khác.

Ở chùa Long Thành, các Phật tử hội họp để đàm luận về việc tổ chức quỹ tương trợ để giúp đỡ những người rủi ro bị bệnh tật và mất mùa. Đó là một cách LÀM LÀNH. Các Phật tử chùa Long Thành cũng bàn luận về việc bài trừ rượu chè cờ bạc trong xóm bằng cách tạo ra những môn giải trí lành mạnh. Đó là một hình thức LÁNH DỮ. Bớt ích kỷ, biết lo lắng cho lợi ích chung, biết nghĩ tới người khổ cực, tập hỷ xả không giận hờn, không cố chấp… đó là TU TÂM. Tất cả những điều đó cần phải học hành và thực tập có phương pháp mới có thể thành công. Đâu phải chỉ nói suông mà được. Chùa chính là trung tâm của sự học hành và thực tập giáo lý đạo Phật. Phật tử góp sức vào việc tổ chức những lớp giáo lý tại chùa cho mọi giới già cũng như trẻ. Phật tử lại tham dự vào những dự án nhằm áp dụng những điều đã học trong việc tu tĩnh tu tâm, cải tiến đời sống y tế, kinh tế, giáo dục và tổ chức của xóm làng hay khu phố.

Phụng Sự Chúng Sanh Là Cúng Dường Chư Phật

Có bao nhiêu là vấn đề trong thôn làng hay khu phố cần phải giải quyết. Nếu những vấn đề ấy đáng được xóm làng và khu phố giải quyết thì Phật tử nên tham dự góp công góp của vào những nỗ lực này. Nếu có những vấn đề giáo dục, vệ sinh, y tế và kinh tế cấp bách mà chưa ai nghĩ tới, chưa có cố gắng nào để giải quyết, thì Phật tử nên họp nhau tại chùa trong không khí thương yêu và trầm tĩnh để tìm ra những phương pháp và dự án giải quyết tốt đẹp trên tinh thần tự nguyện. Một khi chùa khởi xướng, một công tác cải tiến và phát triển dù trong lãnh vực kinh tế giáo dục hay y tế, tất cả mọi Phậtt tử trong vùng phải tham gia tích cực và đẩy mạnh công tác cho đến thành công. Ta hãy nhớ lời Phật dạy: "Phụng sự chúng sanh tức là cúng dường chư Phật". Trong trường hợp của chúng ta, chúng sanh không phải là ai xa lạ mà là bà con, cô bác trong xóm, kể cả chính chúng ta và con cháu chúng ta nữa.

Chùa Linh Phong tổ chức nhà giữ trẻ trong xóm. Không những nhà giữ trẻ thu nhận trẻ em con nhà Phật tử mà là thu nhận trẻ em các gia đình theo tôn giáo khác nữa. Phật tử chùa Linh Phong như thế đã thực hành được lời dạy lục hòa và bình đẳng của Phật. Chùa còn dự tính tổ chức hợp tác xã rau cải, và quỹ tín dụng. Đó, như thế ngôi chùa mới thực xứng đáng là nơi học tập và thực hành đạo Phật. Tuy nhiên các vị tăng sĩ và Phật tử không muốn đặt văn phòng làm việc tại chùa, sợ chùa trở thành nơi náo nhiệt. Họ đặt trường học, văn phòng, vựa chứa hàng hóa ở những trụ sở khác, dành cho chùa không khí thanh tịnh trang nghiêm rất cần thiết cho chùa. Tuy vậy, ai cũng biết chùa là trái tim của mọi công tác áp dụng đạo Phật.

Ủng Hộ Người Thực Hành Chánh Pháp

Trong ý nguyện thực hành những lời Phật dạy. Phật tử nên biết kính trọng và hỗ trợ cho những vị tăng sĩ có can đảm làm theo chính pháp và đáp ứng được những nhu cầu chân thực của con người trong xã hội mới. Vị tăng sĩ nào cũng trải qua một thời gian ở tu viện hay Phật Học Viện, ở đó các vị tăng sĩ học Phật, và thực tập phương pháp tu dưỡng tâm linh. Khi một vị tăng sĩ rời tu viện đi hành đạo tại một địa phương, thì vị tăng sĩ đó chia thì giờ của mình làm hai phần: Một phần để tiếp tục công việc tu tâm thiền quán, một phần hướng dẫn Phật tử địa phương học Phật và áp dụng đạo Phật trong cuộc đời. Biết vậy ta nên kính trọng thì giờ tĩnh tu của vị tăng sĩ, bởi nhờ có thì giờ tĩnh tu đó mà vị tăng sĩ có khả năng lãnh đạo tinh thần cho địa phương. Nhưng công tác giảng dạy Phật pháp và hướng dẫn Phật tử địa phương học Phật và thực hành Phật giáo cũng quan trọng không kém.

Có những vị tăng sĩ chỉ hướng dẫn Phật tử học Phật, tụng kinh, sám hối, cầu an và cầu siêu. Nhưng có những vị tăng sĩ lại tha thiết đến sự áp dụng đạo Phật trong đời sống hàng ngày ở gia đình, ở thôn làng và ngoài xã hội. Thỉnh thoảng ta gặp những vị tăng ni trẻ chuyên làm việc xã hội, biết tổ chức trường học, nhà giữ trẻ, lập hợp tác xã nông nghiệp vân vân… Giáo Hội Phật Giáo hiện đang chủ trương đem đạo Phật áp dụng vào cuộc đời để phát triển xã hội, nâng cao nhân phẩm và mức sống của người dân. Nếu ta thấy có những vị tăng ni biết thao thức thực hành đạo Phật vào xã hội, đó chính là vì họ đã học theo chủ trương tiến bộ của Giáo Hội. Chúng ta nên gần gũi và hỗ trợ họ. Trái lại có thể có một số tăng sĩ chỉ biết chiều đãi người cư sĩ mà không thể hiểu được tinh thần đạo Phật, xem đạo Phật như là một phương tiện sinh sống, ta không nên ủng hộ những vị này.

Trách Nhiệm Về Hội Đồng Giáo Hội Trung Ương

Ta phải tìm hiểu đường lối và công việc của Hội Đồng Lãnh Đạo Giáo Hội Trung Ương. Theo hiến chương của Giáo Hội Phật Giáo, các cấp lãnh đạo Phật Giáo đều do Phật tử công cử Viện Tăng Thống do đức Tăng Thống lãnh đạo gồm có Hội Đồng Trưởng Lão, gồm nhiều vị đạo đức cao trọng trong toàn quốc, đại diện cho đức độ và sự lãnh đạo tinh thần của Giáo Hội Viện Hóa Đạo gồm có bảy tổng vụ, phụ trách các ngành tùng sự, cư sĩ giáo dục xã hội, thanh niên, văn hóa và tài chính kiến thiết. Ta nên tìm hiểu cơ cấu tổ chức của Giáo Hội và đường lối của Giáo Hội để ủng hộ và để góp ý.

Nếu ta nhận thấy Giáo Hội không đi con đường mà ta mong ước, ta nên tự do nói lên ý nghĩ của ta và tìm cách ảnh hưởng tới đường hướng của Giáo Hội. Một trong những điểm của đạo Phật là tinh thần tự do: Mọi người Phật tử đều có trách nhiệm, bổn phận và quyền phát biểu và hành động. Bằng cách tham dự vào giáo hội địa phương, và đứng trên cương vị Giáo Hội địa phương, mọi người Phật tử đều có thể ảnh hưởng tới đường lối của Giáo Hội Trung Ương và do đó có thể thay đổi đường lối Giáo Hội Trung Ương. Sở dĩ ta có thể làm được như vậy chính là vì đạo Phật có tinh thần dân chủ và Giáo Hội đã được tổ chức như một cơ cấu dân chủ.

Ta nên tìm hiểu lập trường của Giáo Hội về hòa bình, về thống nhất, về xây dựng dân chủ và xã hội. Nếu đường hướng ấy chưa được rõ ràng với ta, ta sẽ yêu cầu các cấp Giáo Hội làm cho sáng tỏ hơn. Như vậy trong lúc tìm hiểu học tập, ta cũng xây dựng được cho Giáo Hội. Ta cũng cần đòi hỏi Giáo Hội những chương trình thực tiễn xây dựng về giáo dục cũng như về xã hội, về thanh niên cũng như về tăng sự, để chúng ta có thể ủng hộ và cộng tác.

Dung Hợp Hòa Đồng

Đạo Phật có nhiều pháp môn: Phật tử phải biết chấp nhận những quan điểm hành đạo khác với quan điểm hành đạo của mình. Phật giáo không những gồm có bắc tông nam tông mà còn được chia ra nhiều tông phái. Sự dị biệt đó là do những điều kiện tâm lý xã hội và kinh tế khác nhau. Tuy đạo Phật có nhiều phân phái, nhưng giữa các phái Phật giáo từ mấy ngàn năm nay từng có xung đột bao giờ. Đó là do ở tinh thần tự do và bao dung của đạo Phật. Áo vàng, áo nâu, nguyên thí, đại thừa, thiền tịnh độ, khất sĩ, trú trì, ẩn sĩ, tác viên… có nhiều hình thái tăng sĩ Phật giáo khác nhau, có nhiều đoàn thể Phật giáo khác nhau. Phật tử nên tìm hiểu để thấy được cái hay của mỗi truyền thống, mỗi tổ chức để thấy được cái hay của mỗi truyền thống, mỗi tổ chức.

Nhờ vậy chúng ta học được cái hay của nhau. Giáo Hội Phật Giáo Việt Nam Thống Nhất gồm có cả Phật Giáo Đại Thừa và Phật Giáo Nguyên Thỉ. Hai truyền thống này đã từng chứng tỏ có thể cộng tác với nhau mật thiết trong khi mỗi truyền thống vẫn giữ được cách hành đạo của mình. Cố nhiên trong đạo Phật có nhiều khuynh hướng hành đạo khác nhau: Khuynh hướng chuyên về nghi lễ, khuynh hướng chuyên về thuyết giảng, khuynh hướng chuyên về ẩn cư, khuynh hướng chuyên về xã hội, vân vân... Ta nên làm thế nào cho các khuynh hướng ấy bổ túc cho nhau và tránh mọi tranh chấp phê phán chỉ đem lại sự chia rẽ trong nội bộ Phật giáo.

Thái Độ Cởi Mở

Đối với những người không cùng tôn giáo. Phật tử cũng giữ thái độ cởi mở để tìm hiểu, đối thoại, thiết lập thông cảm và cộng tác với họ trong những chương trình phát triển ích nước lợi dân. Đạo Phật không phải là đạo hẹp hòi, cố chấp. Có nhiều người tự cho là Phật tử mà thật ra rất cố chấp, hẹp hòi còn hơn những người không theo đạo Phật. Điều đó cũng do thiếu sự học hỏi và thực hành giáo lý. Trong những dự án bài trừ mê tín, cờ bạc, rượu chè, trong những dự án trường học, nhà trẻ, hợp tác xã... ta nên trân trọng mời các bạn không cùng tôn giáo cộng tác. Nếu họ là người tốt và có khả năng ta có thể ủy cho họ những trách nhiệm lãnh đạo mà không cần ngần ngại gì.

Hôm ba mươi Tết các em thiếu niên Phật tử làng Cầu Kinh đi

dán giấy hồng điều hình trái trám tại các nhà trong xóm. Những mãnh giấy hồng điều này có viết phước, lộc, thọ, đức, hòa, bi, trí... bằng chữ nho, ý là để làm tươi cửa nhà và chúc tết luôn. Nhà nào cũng được dán hai mảnh hồng điều hai bên cửa ra vào, và nhà nào cũng hoan hỷ. Nhưng khi tới nhà bác Lê, một gia đình Công Giáo, các em ngần ngại. Không phải là các em muốn kỳ thị tôn giáo: Các em chỉ ngại mình là Phật tử mà dán giấy hồng điều chúc Tết nhà Công Giáo theo kiểu Phật giáo thì có làm phật lòng những người bạn Công Giáo hay không. Nhưng các em cũng không dám bỏ đi, bởi vì như thế thì tỏ ra kỳ thị tôn giáo.

Các em đứng ở trước cổng một hồi lâu. Bỗng có một em nảy ra ý kiến: "Chúng ta phải vào và lễ phép hỏi xem gia đình bác Lê có muốn dán giấy hồng điều chúc tụng không. Nếu muốn thì ta dán. Nếu không thì ta đi, như thế khỏi mang tiếng kỳ thị". Kết quả là các em vào xin phép bác Lê và nói cho biết sự do dự của các em. Bác Lê rất thông cảm. Bác nói: "Các cháu khỏi phải dán, bác cảm ơn các cháu. Và tuy các cháu không dán, bác cũng thấy như các cháu đã dán rồi". Thái độ của các em thiếu niên Phật tử ấy đã phản chiếu được tinh thần đạo Phật. Phật tử ấy đã phản chiếu được tinh thần đạo Phật.

Trong tình trạng xã hội ta, sự thông cảm và cộng tác giữa các tôn giáo rất cần thiết. Chúng ta hãy cố gắng phá vỡ thành kiến và sự sợ hãi giữa những người không cùng tôn giáo, và làm như thế ta phụng sự cho xã hội. Không những đối với những người không cùng tôn giáo mà đối với những người có nhận thức khác ta về cuộc đời cũng phải đối xử như vậy.

VI.

XÂY DỰNG QUỐC GIA

Việt Nam Trong Cộng Đồng Nhân Loại

Quốc gia Việt Nam là đại gia đình Việt Nam, có giới hạn lãnh thổ, nhân chủng, ngôn ngữ và văn hóa riêng. Quốc gia Việt Nam phải tự chủ tự cường và độc lập thì con người Việt Nam mới phát triển được tự do. Nhưng quốc gia Việt Nam không thể tồn tại trong thế cô lập và khép kín. Việt Nam phải thiết lập quan hệ bình đẳng với các quốc gia khác, hợp tác với các quốc gia khác để tự xây dựng mình và góp phần xây dựng cộng đồng thế giới. Đây cũng là một sự thực phù hợp với lý duyên sinh.

Nắm Lấy Vận Mệnh Tổ Quốc Mình

Mọi sinh hoạt kinh tế và văn hóa đều có liên hệ đến chính trị. Phật tử cần biết về chính trị và tham gia vào đời sống chính trị của quốc gia, biết xử dụng quyền công dân và lá phiếu của mình để nắm lấy vận mệnh quốc gia. Tham dự vào đời sống chính trị không có nghĩa là "ra làm chính trị", tranh ghế bộ trưởng, ứng cử dân biểu, lập đảng này đảng nọ. Tham dự vào đời sống chính trị có nghĩa là đừng bỏ phó mặc tất cả cho các nhà chính trị. Phải tìm hiểu họ, tìm hiểu đường lối và hành động của họ để ủng hộ, chỉ trích và kiểm soát họ. Có như vậy ta mới xây dựng được dân chủ, nếu không thì ta sẽ mãi mãi nuôi dưỡng những chế độ độc tài. Trong tình trạng người dân không biết chính trị, không ý thức được quyền công dân, lá phiếu có thể không có ý nghĩa gì hết. Nhưng nếu người dân đã biết thế nào là dân chủ, đã biết được mình muốn gì, thì lá phiếu trở thành quan trọng. Các nhà chính trị sẽ tìm hết cách ngọt bùi để nói xuôi tai chúng ta và để ta bỏ phiếu cho họ. Ta phải đòi hỏi gì, ta có thể tin ở ai, đâu là những lời đường mật, đâu là những lời thực sự ích quốc lợi dân, ta phải biết. Ta phải nắm lấy vận mệnh của chính ta, của chính quốc gia ta.

Dân Chủ Là Do Mình Xây Dựng

Dân chủ không phải là một món quà từ trên trời rơi xuống, dân chủ phải được xây dựng từ từ. Khi đất nước bị ngoại bang thống trị, cố nhiên ta không có quyền dân chủ; nhưng không phải là khi đất nước độc lập, thì tự nhiên dân chủ hiện ra như một phép lạ. Ta phải xây dựng nó thì ta mới xử dụng nó; như là muốn có một công viên ta phải xây dựng công viên. Làm thế nào để xây dựng dân chủ? Ta xây dựng dân chủ bằng sự học hỏi, xử dụng và tôn trọng các quyền dân chủ. Dân chủ là một thứ kỷ luật do chính ta đặt ra để phục vụ cho ta. Lấy một ví dụ nhỏ mà xét: ba chục người đứng chờ ô tô buýt cùng chen nhau lên xe một lần, người này đạp rách áo người kia, người kia chèn dẹp nón người nọ; làm bít cửa lên xuống, không ai lên mà cũng không ai xuống được, mất hết thì giờ mọi người.

Dân chủ là nối một hàng chờ đợi, người đến trước đứng trước, người đến sau đứng sau. Khi xe buýt tới, đợi cho người trên xe xuống hết, người đứng đầu hàng mới bước lên. Quần chúng đi xe tự động làm như thế mà không cần có ai nhắc nhở tức là quần chúng biết hoạt động dân chủ. Dân chủ trong khi đi xe buýt, dân chủ khi vào tiệm chạp phô, dân chủ trong một buổi họp, dân chủ khi đi ngoài đường… bất cứ lúc nào ta cũng tôn trọng những thói quen tốt đẹp duy trì trật tự trong tinh thần bình đẳng và tự do. Vặn máy thu thanh nhỏ lại sau mười giờ đêm để đừng phiền rầy sự nghỉ ngơi của kẻ khác là dân chủ.

Học tập và thực hành được dân chủ trong sinh hoạt thường nhật, thì ta cũng xử dụng thật sự được những quyền căn bản: Tự do phát biểu, tự do báo chí, tự do hội họp, tự do tổ chức nghiệp đoàn, tự do đi lại. Ta có thể xử dụng tất cả những quyền dân chủ căn bản ấy nếu ta biết tôn trọng những quyền ấy của kẻ khác. Trong thời Pháp thuộc, và cả ngay bây giờ nữa, có nhiều người dựa thế thực dân và quan liêu để ép uổng, đàn áp và thanh toán kẻ khác, hay là để làm lợi cho mình. Chúng ta nên chống lại điều đó, và nếu chính ta có quen biết người có thế lực, chúng ta cũng không nương vào đó để chạy chọt cho quyền lợi của chúng ta. Bởi vì nếu làm như thế ta vi phạm quyền dân chủ.

Không Nương Vào Ngoại Nhân

Phật tử không dựa vào những thế lực ngoại bang để giành giật và củng cố địa vị mình trong xã hội Việt Nam. Cái nạn cõng rắn cắn gà nhà, rước voi dày mả tổ ấy, chúng ta chịu đã nhiều rồi. Người trong nước có chuyện gì cứ tự xử với nhau, đừng dựa vào các thế lực bên ngoài vào, dù trực tiếp hay gián tiếp, để nhằm củng cố địa vị mình. Có người Tây đến thì theo Tây, Nhật đến thì theo Nhật, Mỹ đến thì theo Mỹ, miễn là có địa vị sang giàu trong xã hội. Chúng ta hãy giáo dục con cháu chống đối và ghê tởm lối sống nhục nhã đó. Ngoại nhân còn đó thì những người kia còn phây phây, ngày mai ngoại nhân đi hết, liệu họ còn mặt mũi nào sống với đồng bào hay không?

Kinh Tế Độc Lập

Ngoại nhân có thể kiểm soát đất nước hoặc bằng quân sự hoặc bằng kinh tế. Chúng ta đừng vì lợi riêng mà đưa ngoại quốc vào kiểm soát đời sống kinh tế trong nước. Họ có vốn lớn, họ có kỷ luật hay. Nếu ta không khôn khéo, nếu ta nhắm cái lợi nhỏ trước mắt mà để họ dùng vốn lớn và kỹ thuật hay để nắm hết cơ sở kinh tế của quốc gia thì chúng ta chắc chắn sẽ bị họ kiểm soát.

Chính Trị Vượt Trên Đảng Phái

Phật tử nên theo đảng phái và đường lối chính trị nào? Phật tử không có óc phe phái, không làm chính trị phe phái, và biết vượt lên trên phe phái để phụng sự đất nước. Phe phái được nhận định như những phương tiện thực hiện một đường lối chính trị, nhưng lắm khi các phe phái chống đối nhau thanh toán nhau chỉ vì quyền bính. Phật tử đứng ngoài phe phái, khuyến khích sự thi đua của các phe phái trong mục đích phụng sự dân tộc. Cái gì đúng và hay, chúng ta đều phải tán thành, dù là của phe này hay phe nọ, đó không có sự bóc lột, kỳ thị, bất công và quân phiệt. Ai làm được gì trong chiều hướng đó, ta đều khuyến khích. Ai đi ngược chiều hướng đó, ta đều chống đối.

Không Chờ Đợi Không Phó Mặc

Nhiều người trong chúng ta cứ hay có thái độ phó mặc tất cả cho chính quyền, và khi chính quyền bất lực thì ta tỏ vẻ thất vọng... Chúng ta đừng nghĩ chính quyền là vạn năng muốn làm gì cũng được, bởi vì nghĩ như thế một mặt ta trở thành bất động. Nguyên tắc Phật giáo, như ta đã biết, là tự thắp đuốc lên mà đi. Chúng ta trong địa vị người dân, có thể làm được gì? Chúng ta trong hợp quần lại, nỗ lực xây dựng thôn xóm và khu phố ngay từ bây giờ, bắt đầu bằng những kiến thức và những phương tiện eo hẹp ta hiện có. Thấy được những phong trào bất bạo động nhằm thực hiện việc phá bỏ giai cấp, cải cách ruộng đất, tái phân lợi tức, phát triển kinh tế, bảo vệ tự do tín ngưỡng, bảo vệ tự do ngôn luận, ta phải tham dự và ủng hộ. Chỉ có cách mạng xã hội bất bạo động dựa trên tình thương và sự tự nguyện mới phù hợp với đạo Phật. Phật tử chống lại những hành động tàn sát, khủng bố thanh toán lẫn nhau, dù những hành động này mang danh cách mạng.

Lãnh Thổ Vẹn Toàn

Việt Nam là một nước lãnh thổ không thể chia cắt. Sự phân chia đất nước là niềm đau của mọi người công dân. Phật tử nên nỗ lực xây dựng kinh tế và dân chủ để một mai này tiến tới sự thống nhất lãnh thổ. Phật tử giáo dục con cái không phân biệt bắc trung nam, yêu tổ quốc Việt Nam và nhớ mãi mọi người dân nam trung bắc là người cùng một nước, phải đùm bọc che chở cho nhau. Mọi người dân đều hướng đến xây dựng một quốc gia độc lập, trung lập, không liên kết quân sự với bất cứ khối nào. Như vậy ta sẽ không còn bị kéo vào thế lực tranh chấp đổ máu.

Không Chấp Nhận Chiến Tranh Giữa Người Việt

Là Phật tử, là công dân Việt Nam, ta không thể chấp nhận chiến tranh giữa người Việt với người Việt, dù bất cứ với lý do nào. Bài học "gà một mẹ bôi mặt đá nhau" ta phải học thuộc, phải cho con cháu thuộc nằm lòng để đừng bao giờ lại tái diễn những vụ cốt nhục tương tàn nữa.

Đạo Hòa Bình

Đạo Phật là đạo hòa bình. Phật tử phải tranh đấu cho hòa bình, để bảo vệ hòa bình. Phật tử ủng hộ đường lối hòa giải những thế lực và quân sự Việt Nam, nỗ lực dung hợp các ý thức hệ và biết đặt sự sống và quyền sống đồng bào lên trên mọi tranh chấp ý thức hệ. Giáo lý đạo Phật với chủ trương từ bi và phá chấp không cho phép Phật tử nuôi dưỡng căm thù với người cùng một nước, không cho phép người cùng một nước giết nhau vì những ý thức hệ khác nhau, trái lại phải tìm hiểu và cảm thông với nhau trên nguyên tắc "kiến hòa đồng giải" và "ý hòa đồng duyệt" để đi đến sự dung hòa nhận thức và sống chung hòa bình.

Đồng Bào Thiểu Số Là Anh Em Ruột Thịt

Đối với đồng bào của các sắc tộc thiểu số, Phật tử không nên vì sự hiền lành hay chất phác của họ mà lợi dụng. Không được kỳ thị chủng tộc, phải đối xử với họ một cách hoàn toàn bình đẳng.

VII.

XÂY DỰNG THẾ GIỚI

Hiểm Họa Đe Dọa Nhân Loại

Nhân loại đang bị đe dọa trầm trọng bởi hiểm họa nhiễm độc của đất nước và không khí, hiểm họa nhân mãn cùng với hiểm họa chiến tranh nguyên tử. Các nhà sinh vật học cho biết độc tố thải ra từ các ngành kỹ nghệ đã làm dơ bẩn biển cả và sông ngòi; nhiều nơi độc tố quá nhiều khiến rong và cá đều chết, cá nổi lềnh bềnh hàng triệu con. Nước nhiều con sông tắm cũng đủ nguy cho tính mạng rồi, không nói đến uống. Nhiều thành phố lớn đã bị bao phủ bởi một bầu không khí nhiễm độc, ở đó thỉnh thoảng trẻ em và người lớn bất tỉnh và nghẹt thở. Chất độc hóa học dùng trong chiến tranh và trong việc sát trùng cũng đã làm cho đất bị nhiễm độc tố một cách nặng nề. Trách nhiệm phần lớn đang bị đổ lên đầu các nước tiến bộ về khoa học kỹ thuật. Các nhà sinh vật học còn nói nếu tình trạng tiếp tục như thế thì trong vòng một trăm năm nữa trái đất sẽ nhiễm độc đến dỗi không còn một sinh vật nào sống được.

Đứng về phương diện dân số, các nhà xã hội học đã báo động

rằng với đà sinh sản hiện tại thì đến 2000 tức là trong vòng hai mươi tám năm nữa dân số trên thế giới sẽ tăng lên gấp đôi: hiện giờ dân số thế giới là ba tỷ rưỡi, đến năm 2000 thì sẽ có bảy tỷ người. Họ cho biết hiện nay dù dân số chỉ mới có ba tỷ rưỡi người mà gần một nữa nhân loại ăn không đủ no, nhiều nơi còn đói kém thiếu hụt; thì chắc chắn khi dân số tăng lên gấp đôi, trái đất không thể nào cung cấp đủ thực phẩm cho từng ấy người. Cố nhiên là hàng tỷ người sẽ chết đói, và điều chắc chắn nhất là chiến tranh sẽ bùng nổ vì sự đói kém. Khi chiến tranh bùng nổ trên một bình diện rộng rãi như thế, thì đó là một cuộc thế chiến: Bom nguyên tử sẽ được xử dụng và loài người sẽ trải qua những tai nạn thảm khốc rùng rợn. Người ta nói đến nỗ lực tăng gia sản xuất; nhưng tăng gia sản xuất thì phải dùng đến độc tố diệt trừ sâu bọ và phân bón hóa học: Sự nhiễm độc của đất, nước trở nên trầm trọng hơn. Đất và nước đã bị nhiễm độc thì không ai còn sống được.

Hiện nay ta thấy giữa các nước giàu và các nước nghèo có một khoảng cách to lớn: Các nước gọi là "tiến bộ" trong khi sản xuất độc tố nhiều nhất, xử dụng xài phí các tài nguyên của trái đất (dầu xăng, cây rừng, quặng mỏ...) nhiều nhất, lại cũng là những nước tiêu thụ nhiều nhất; số lợi tức hàng tháng trung bình của một người Âu Mỹ là 120.000 đồng, trong khi số lợi tức trung bình của một người dân Việt độ 5.000 đồng. Sự chênh lệch đó, cùng với sự khai thác vô nhân đạo của các nước lớn đối với các nước nhỏ, nạn đói kém và tình trạng bị áp bức của các nước nhược tiểu đang tạo ra chiến tranh địa phương và một mai sẽ nổ bùng thành chiến tranh thế giới tiêu diệt nhân loại.

Biết như thế, ta thấy rằng sự xây dựng con người, quốc gia và giáo hội cần được thực hiện liên hệ với sự xây dựng và bảo vệ nền hòa bình thế giới. Người Phật tử Việt Nam biết rằng trong hiện nay dân tộc Việt Nam cũng như dân tộc nhiều nước nhược tiểu khác đang nỗ lực tranh đấu để thoát khỏi tình trạng bị các nước lớn khai thác và áp bức; nhưng đồng thời cũng ý thức rằng các vấn đề lớn của thế giới hiện nay chỉ còn có thể giải quyết được bằng nỗ lực chung của nhân loại. Ta phải liên hiệp với các nước cùng chung cảnh ngộ, ta bảo vệ bản thân đồng thời kêu gọi kẻ khác chấm dứt áp bức, bóc lột, bởi vì nếu chiến tranh kéo dài và lan rộng tiêu diệt toàn thể nhân loại. Các quốc gia trên thế giới phải nhận thức rằng đã đến lúc họ phải dung hợp và chung sống với nhau, bởi vì chủ nghĩa quốc gia cực đoan và quá khích đã trở thành nguy hiểm cho hòa bình thế giới.

Tìm Hiểu Tình Trạng

Về tình trạng con người trên trái đất, Phật tử nên tìm hiểu qua những bản báo cáo vô tư của các nhà khoa học và xã hội học, những hiểm họa trầm trọng đang đe dọa sự sống của con người. Những tài liệu này cần được phổ biến cho mọi người hay biết.

Lý Tưởng Quốc Gia Trong Lý Tưởng Thế Giới Đại Đồng

Chúng ta cần tìm hiểu đường lối phụng sự quốc gia như thế nào để có thể đặt lý tưởng quốc gia trong lý tưởng xây dựng thế giới đại đồng, cũng như ta đã đặt lý tưởng xây dựng con người trong lý tưởng xây dựng xã hội. Chúng ta phải chống lại chủ nghĩa quốc gia quá khích, phải chống lại chủ nghĩa đế quốc và tố cáo chủ nghĩa này bất cứ ở Âu hay ở Á, tư bản hay xã hội. Chúng ta hãy tìm cách liên kết với các nước bị áp bức, để chống lại một cách hữu hiệu những âm mưu khai thác của các đế quốc. Ta phải tìm mọi cách để khiến cho nhân dân các nước đế quốc thấy được đường lối vô nhân đạo của guồng máy kinh tế và chính trị của đất nước họ, cho họ thấy bằng kinh nghiệm, bằng phim ảnh, bằng tài liệu tình trạng bất công, nguy hiểm của thế giới hiện tại. Một số người ở các nước đế quốc đã giác ngộ, họ cần có sự hợp tác của chúng ta để làm một cuộc cách mạng trên đất nước họ, xô ngã hệ thống kinh tế đế quốc. Phải nói ra nhận xét và nguyện vọng của ta.

Hạn Chế Sinh Sản

Bằng những phương pháp khoa học và nhân đạo, dưới sự hướng dẫn của bác sĩ gia đình, mỗi gia đình nên thực hành và khuyến khích thực hành phương pháp hạn chế sinh nở. Sinh nhiều con quá không những ta không đủ sức nuôi dạy đàng hoàng mà ta còn làm cho tình trạng dân số thế giới trở thành trầm trọng. Chúng ta không muốn gửi con cái của chúng ta về một tương lai mù mịt không có lối thoát.

Bảo Vệ Trái Đất

Dù vấn đề chưa cấp bách ở xứ ta, nhưng ta cũng nên bắt đầu áp dụng và cổ động mọi người chung quanh áp dụng những biện pháp chấm dứt sự làm ô nhiễm môi trường sinh hoạt trong xóm làng và khu phố. Nên giữ cho những con sông của ta trong và mát, nên cho ruộng đồng của ta thơm lành, khu phố của ta sạch sẽ. Rác rến đồ dơ cần phải chôn lấp. Chống đối kịch liệt sự dùng chất độc hóa học để khai quang.

Liên Đới Trách Nhiệm

Phật tử lại càng mở rộng tầm mắt để thấy những vùng đói kém, khổ đau và bị áp bức trên thế giới. Như thế ta có thể tỏ bày tình liên đới, ủng hộ và công tác. Năm 1971, Phật tử Việt Nam đã quyên tiền và gửi tặng những người dân Bangladesh tỵ nạn tại Ấn Độ, gần tám triệu người sống trong cực khổ không khác gì các trại lánh cư Việt Nam vào năm 1968 và 1972. Số tiền tặng tuy chỉ có 300.000 đồng, và gửi qua trung gian tổ chức Gandhi Peace Foundation ở Ấn Độ, nhưng đã làm cho dân tỵ nạn Đông Hồi cảm động. Tình liên đới đó rất quan trọng; khi Bangladesh thu hồi độc lập, họ đã tổ chức biểu tình ủng hộ hòa bình Việt Nam, và phổ biến tài liệu tranh đấu hòa bình của Giáo Hội Phật Giáo Việt Nam. Chính là tinh thần liên đới này sẽ liên kết các nước bị áp bức để họ có thể tự bảo vệ họ và đóng góp vào hòa bình thế giới.

Giải Pháp Đại Đồng

Sau cùng, Phật tử nên nhận thức rằng, nếu hiện nay có nhiều vấn đề không thể giải quyết bằng những phương thức cục bộ thì ta phải tán đồng và tham dự vào việc thực hiện những giải pháp thế giới. Vấn đề thực phẩm cho thế giới, vấn đề nhân mãn, vấn đề nhiễm độc đất nước... chỉ có thể được giải quyết bằng sự cộng tác của toàn thể thế giới mà thôi.